Tủ Sách Bảo Anh Lạc 5

XÁ LỢI CỦA ĐỨC PHẬT

(Sacred Relics of the Buddha, Buddhist Research Society, The Buddhist Library, Singapore, 1999)

Tham Weng Yew

Chuyển ngữ: Thích Nữ Giới Hương

Nhà Xuất Bản
HƯƠNG SEN

Huong Sen Buddhist Temple

19865 Seaton Avenue, Perris, CA 92570, USA

Tel: (951) 657-7272, Cell: (951) 616-8620

Email: huongsentemple@gmail.com,

thichnugioihuong@yahoo.com

https://www.facebook.com/Huong.Sen.Riverside/

Web: www.huongsentemple.com

MỤC LỤC

Lời Dịch Giả
Cho Lần Tái Bản Thứ Hai

Nam mô Bổn Sư Thích Ca Mâu Ni Phật

Kính thưa quý Phật tử,

Cuốn sách "Xá Lợi của Đức Phật" được in lần thứ nhất vào tháng 9 năm 2005 tại Ấn Độ và đây là lần tái bản thứ hai (tháng 6 năm 2006) 2000 cuốn với lời giới thiệu của Đại lão Hòa thượng thượng Mãn hạ Giác, Hội chủ Tổng hội Phật giáo Việt Nam tại Hoa Kỳ.

Hiện nay sức khỏe của Hòa thượng rất yếu, tôi và quý Phật tử chùa Phước Hậu tại thành phố Milwauk ee, Wisconsin, Hoa Kỳ phát tâm ấn tống cuốn sách này. Công đức được bao nhiêu xin nguyện cho Ôn sớm mau bình phục, pháp thể khinh an và tuổi thọ mãi miên trường.

Nam mô Chứng Minh Sư Bồ tát Ma Ha Tát.

Nắng phố Milwaukee, ngày 24 tháng 06, 2006

Thích Nữ Giới Hương

Trụ trì chùa Phước Hậu

Lời Giới Thiệu Của Ôn Man Giác

Sau khi Đức Phật nhập niết-bàn, xá lợi của Ngài được chia thành tám phần cho tám lãnh thổ như Vương Xá (*Rājagaha*), Vesāli, thành Ca-tì-la-vệ (*Kapilavatthu*), Allakappa, Rāmagāma, Vethadīpa, Pāvā và Câu-thi-na (*Kusinārā*). Để có nơi tôn kính thờ xá lợi của các bậc thánh, kiến trúc của các ngôi tháp bắt đầu phát sanh và tiến hóa. Nhiều thế kỷ trôi qua, Phật giáo theo thời thế mà thăng trầm lên xuống và xá lợi hầu hết cũng vì thế mà bị thất lạc.

Vào thế kỷ XX, các nhà khảo cổ trong khi khai quật vùng Taxila và ngọn đồi Long Thọ (*Nāgārjunakondā*) đã tìm thấy các viên xá lợi thật của Đức Phật và hiện nay được thờ tại Lộc Uyển, Sārnātha. Tác giả Tham Weng Yew đã viết về lịch sử và ý nghĩa của việc thờ xá lợi, tiến trình thăng hóa các đền tháp thờ cùng các hình ảnh minh họa. Tỳ-kheo-ni Giới Hương đã phát tâm dịch ra tiếng Việt.

Xin mời quý đọc giả tham khảo và tư duy sẽ thấy giá trị vô cùng to lớn của quyển sách như một món quà tinh thần, một phương pháp sống và một cách giúp chúng ta tăng trưởng phước-huệ.

Xin trân trọng giới thiệu.

Ngày 26, tháng 3, năm 2006

Hòa thượng Thích Mãn Giác

Viện chủ chùa Việt-nam tại Los Angeles, Hoa Kỳ

Lời Dịch Giả

Nhận thấy có một số Phật tử hiện đại có khuynh hướng không thích những hình thức nghi lễ cúng bái bao gồm cả việc tôn thờ xá lợi và cho rằng "Đây là một sự tu tập chưa rốt ráo", bởi lẽ họ chủ trương một lối sống thuần tuý 'tư tưởng' hay 'duy lý' như chỉ thiền định hay nghiên cứu kinh sách...

Thật ra, những nghi lễ bái sám cũng là một hình thức của tiến trình chuyển hóa tâm thức. Tôn thờ xá lợi hoặc các thánh tích là một biểu hiện của lòng biết ơn đối với Đức Thế tôn - người đã chỉ cho chúng ta một con đường giải thoát và an lạc. Và những viên xá lợi như vậy giúp chúng ta tăng trưởng lòng tin. Từ lòng tin kiên cố sẽ giúp chúng ta vượt qua các chướng ngại kiết sử và loại trừ phiền não. Thiết tưởng, đây cũng là một cách tu tập tăng trưởng chánh tín, vun bồi phước huệ và là nhịp cầu nối giữa trạng thái tình cảm và thực chứng.

Nhận thấy giá trị và lợi ích của cuốn sách 'The Sacred Relics of the Buddha' (*Buddhist Research Society, The Buddhist Library, Singapore, 1999*) và được sự cho phép của tác giả Tham Weng Yew cũng như Viện Nghiên cứu Phật học, Thư viện Phật học Singapore, tôi phát tâm dịch cuốn sách này ra tiếng Việt ngỏ hầu lợi ích cho tất cả Phật tử Việt-nam. Nhưng khả năng dịch thuật còn yếu kém, sẽ không tránh khỏi những sơ suất, kính mong được sự chỉ dẫn từ bạn đọc.

Nguyện công đức này cho tất cả chúng ta mãi mãi là thiện hữu tri thức với nhau trên bước đường giác tỉnh và giải thoát.

Mùa thu ngày 06-09-2005,
WUS University Hostel,
Thích Nữ Giới Hương
(thichnugioihuong@yahoo.com)

Lời Tri Ân

Ủy ban Quản lý Thư viện Phật giáo, Singapore chân thành cảm ơn Chánh phủ Ấn Độ và Hội Đại-bồ-đề ở Ấn Độ đã mang và triển lãm xá lợi Phật tại Singapore. Đặc biệt cảm niệm công đức:

- Hòa Thượng Tiến sĩ D. Rewatha, Tổng Thư ký hội Đại- bồ-đề tại Ấn Độ.
- Thượng Tọa Kahavatte Siri Sumedha, Đương Kim Trụ trì Tu viện Mlagandhakuti ở Lộc Uyển, Sarnath.
- Bộ Phát triển Con người của Chánh phủ Ấn Độ.
- Tổng Giám đốc Khoa Khảo cổ Ấn Độ

Chúng tôi cũng xin cám ơn Ủy ban Thông tin và Nghệ thuật Singapore đã ủng hộ và giúp đỡ truyền tin. Chúng tôi cũng xin chân thành cảm ơn Hòa thượng Dhammaratana, vị cố vấn nhiệt tình cho toàn bộ chương trình triển lãm xá lợi thiêng liêng này.

Lời Nói Đầu

Lộc Uyển (Sarnath) là nơi Đức Phật Thích-ca-mâu-ni đã thuyết bài pháp đầu tiên. Vì vậy, đây là một trong những nơi thiêng liêng nhất ở Ấn Độ. Hòa thượng Anagarika Dharmapala, người đã thành lập Hội Đại-bồ-đề, làm sống lại Phật giáo ở Ấn Độ sau 800 năm bị hoàn toàn biến mất. Ngài đã xây dựng tu viện Mlagandhakuti ở Sarnath để thờ xá lợi của Đức Phật. Xá lợi này đã được chánh quyền Anh cai trị Ấn Độ năm 1931 dâng cúng cho tu viện Mlagandhakuti ở Sarnath. Xá lợi được đưa ra khỏi tráp mỗi năm một lần để quần chúng Phật tử đảnh lễ. Hàng ngàn Phật tử, những người hảo tâm và ngay cả những chính khách lãnh đạo đất nước cũng đã thường đến để đảnh lễ xá lợi thiêng liêng này. Thư viện Phật giáo Singapore thuộc Hội Nghiên cứu Phật giáo đã yêu cầu Hội Đại-bồ-đề cho triển lãm xá lợi Phật tại Singapore. Lời thỉnh cầu này đã được Hội đồng Quản trị Đại-bồ-đề, Ủy ban Phát triển Con người của chánh phủ Ấn Độ và Bộ khảo cổ học Ấn Độ đồng ý.

Tôi xin thành thật cảm ơn rất nhiều.

Kính bút,

TT. Kahavatte Siri Sumedha Thero

Thư Đầu

Xá lợi Phật được thờ ở tu viện Mlagandhakuti, Sarnath là một trong những bảo vật thiêng liêng nhất của thế giới Phật giáo. Tôi rất vui khi biết Phật giáo ở Singapore sẽ có cơ hội để đảnh lễ xá lợi Phật trong suốt một tuần triển lãm ở Singapore. Tôi cũng cám ơn Ban quản trị Hội Đại-bồ-đề, Cơ quan chính phủ Ấn Độ đã đồng ý cho phép mang xá lợi từ tu viện Mlagandhakuti đến Singapore triển lãm.

Thành tâm cầu nguyện việc thăm viếng và đảnh lễ xá lợi Phật sẽ mang hạnh phúc và an lạc đến với tất cả những người đến để thấy, chiêm ngưỡng và lễ lạy bảo vật này và nhân cơ hội này cũng sẽ tạo nên mối hữu nghị tốt đẹp giữa Ấn Độ và Singapore.

Kính bút,

Hòa thượng Tiến sĩ D. Rewatha

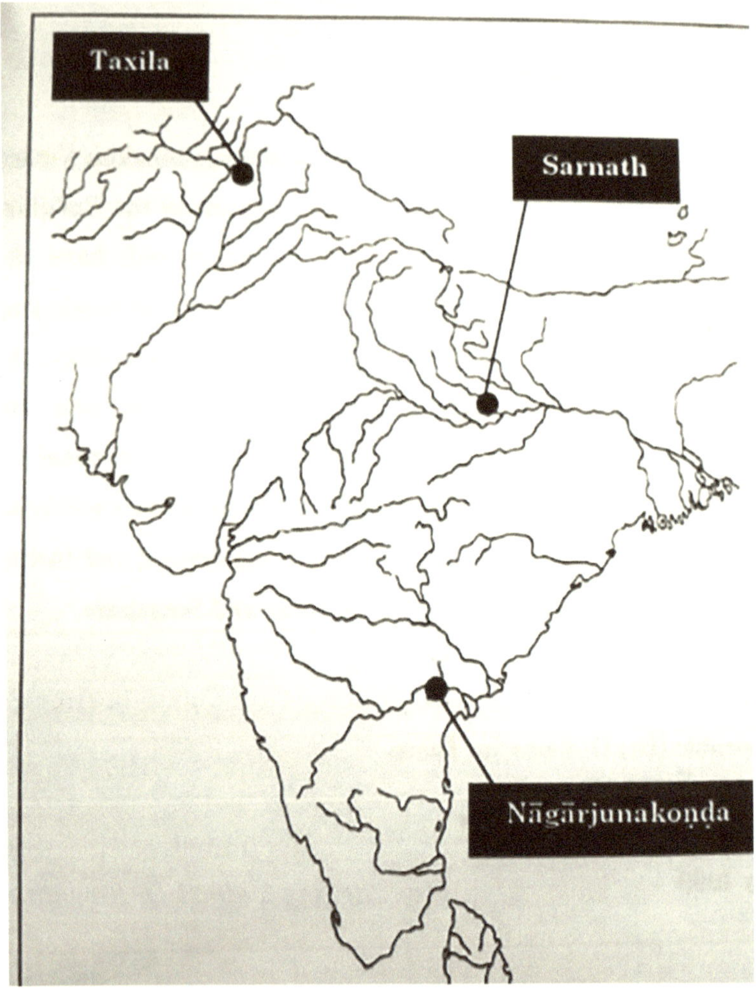

Bản đồ Tiểu lục địa Ấn Độ

Lời Tựa

Phật tử luôn luôn thờ kính xá lợi vì đây là bảo vật liên quan tới bậc giác ngộ. Xá lợi là biểu tượng mạnh mẽ để tượng trưng và ghi nhớ những đức hạnh của bậc thnh giải thoát. Xá lợi sẽ tạo nên lòng thnh tâm và kính tin. Đây thật sự là xá lợi hữu hình của Đức Phật lịch sử Thích-ca-mâu-ni được hội khảo cổ v lịch sử Ấn Độ xác minh là đúng và thực sự quý hiếm. Xá lợi thật được chư tăng ni, Phật tử trân trọng kính quý này là do các nhà khảo cổ tìm thấy được ở Taxila và Nagarjunakonda (Ngọn đồi Long thọ) trong đầu thế kỷ XX. Với sự đồng ý của chính phủ Ấn Độ và Hội Đại-bồ-đề đ mang xá lợi Phật lần đầu tiên qua Singapore để triển lãm một tuần tại Thư viện Phật giáo, Singapore. Sự triển lãm này sẽ tạo cơ hội cho Phật tử Singapore và thành phố này có cơ hội thấy và đãnh lễ những viên ngọc xá lợi quý giá của Đức Phật.

Cuốn sách này được ấn bản cùng chung với cuộc triển lãm nói trên để giúp cho Phật tử hiểu thêm về ý nghĩa thờ phượng xá lợi hữu hình, đặc biệt trong bối cảnh Phật-giáo ở phía Nam và Đông-nam-á. Sách này cũng đánh dấu thời điểm lịch sử khi hai tráp xá lợi từ Ấn Độ được mang đến triển lãm ở đây.

Hy vọng rằng với những thông tin căn bản này sẽ làm giàu kiến thức của quý Phật tử khi đến đảnh lễ những viên xá lợi quý giá này.

Thư viện Phật giáo, Singapore, 1999

Đại Tháp nơi Đức Phật nhập Niết Bàn, Kushinagar, Ấn Độ – TT Hạnh Nguyện, Ns Giới Hương cùng phái đoàn Chùa Hương Sen, Perris, USA, 2016

1.

SỰ ĐỊNH HƯỚNG

Kính lễ Đức Thế tôn,
Bậc tối thượng và giác ngộ hoàn toàn.
(Namo tassa bhagavanto arahato samma sambuddhassa)

Thế giới này rất may mắn được Đức Phật ra đời, được nghe pháp thoại của Ngài, nhận những lời chỉ dạy của Ngài để chuyển hóa và đánh tan những tà kiến sai lầm. Như một tấm gương sống động của sự giác ngộ và hoằng pháp, sự hiện hữu của Ngài là một chẤn Động hy hữu lớn. Từ những bài kinh mô tả vô số những ví dụ về con người được lợi ích khi diện kiến và nghe pháp Phật. Làm sao để sự truyền cảm này vẫn còn sau khi Đức Phật nhập niết bàn? Làm sao chúng ta được lợi ích từ sự hiện hữu sống động của Ngài khi xác thân Ngài đã tan rã?

Đức Phật đã trả lời vấn đề này như sau:

"Những gì Như lai đã dạy và giải thích là giới và luật. Sau khi Như lai nhập diệt hãy lấy đó làm bậc đạo sư hướng dẫn mình."

(*may dhammo ca vinayo ca desito paddatto so vo mamaccayena satth*).[1]

Đây là nguyên lý tiếp xúc với Đức Phật qua chính những lời dạy của Ngài. Tuy nhiên, biểu tượng xác thân vật chất của

---

1 Digh Nikāya (Trường-bộ kinh), tập II, trang 155.

Đức Phật cũng xác thực hơn và giúp tạo niềm tin hơn. Có một câu chuyện được kể trong kinh Bổn sanh Thiên Nghiệp Thí Dụ (Kalingabodhi)[2] rằng:

Phật tử thường đến tịnh xá Trúc lâm ở Savatthi để đảnh lễ Đức Thế Tôn. Nếu Đức Thế Tôn đi vắng, họ thường để lại những món họ cúng dường như hoa, hương, đèn, nến... Lúc đó, trưởng giả Cấp-cô-độc để ý điều này mới thưa với Ngài A Nan bạch Phật nên có một nơi thích hợp cho Phật tử bày tỏ sự cúng dường khi Đức Phật đi vắng không có trong tinh xá. Đức Phật trả lời rằng có ba loại tháp (*cetiya*) có thể dùng để bày tỏ lòng cung kính đối với Đức Phật:

1. Nơi thờ xá lợi Phật (*Sārīrika cetiya*): có những ngôi tháp thờ xá lợi của Đức Phật như tro, xương, tóc, răng...
2. Nơi thờ những đồ dùng của Phật (*Pāribhogika cetiya*): có những ngôi tháp thờ những vật Đức Phật thường dùng như bình bát, y, cây bồ đề...
3. Nơi để tưởng niệm (*Uddesika cetiya*): có nhiều hình thức tưởng nhớ đến Đức Phật như: bánh xe pháp (*Dhammacakka*), Tam bảo (*triśūla*) và hình tượng của Phật (*Buddharūpa*)...

Đức Phật cảm thấy rằng tốt hơn khi Ngài còn sống nên xây một nơi để thờ cây bồ đề (*buddhehi paribhutto mahābodhi rukkho*). Do đó, một nhánh cây bồ đề được chiết ở cây bồ đề tại Bồ-đề-đạo-tràng nơi Đức Phật giác ngộ đem về trồng ở trước sân của tu viện Trúc lâm v những Phật tử đã tôn kính cây bồ đề này như Đức Phật khi Ngài đi vắng khỏi tu viện.

Việc chia ba loại tháp đã minh họa lý tưởng Phật giáo đối với vấn đề biểu trưng và tưởng nhớ Đức Phật lịch sử. Tập sách này sẽ tập trung ở loại tháp thứ nhất: Xá lợi của Phật.

---

2 Jtaka (Kinh Bổn sinh), tập IV, Truyện số 479: Kalingabodhi Jataka, trang 228.

Khi Phật giáo lan truyền trong 500 năm đầu tiên, chủ yếu là đến các tiểu lục địa Ấn Độ và Tích lan, vì vậy thật hợp lý khi khẳng định rằng khu vực này sẽ thừa hưởng phần lớn nhất di sản xá lợi của Đức Phật. Những cổ vật do nghành khảo cổ phát hiện dường như đã ủng hộ cho ý tưởng này. Đặc biệt, Phật giáo Nguyên thủy (*Theravāda*) đã có mối quan hệ gần gũi và lâu dài với xá lợi của Đức Như Lai.

Đảnh lễ Đại tháp Sư Bà Hải Triều Âm, Chùa Dược Sư, Đại Ninh - NS Giới Hương, NS Hạnh Quang cùng Chư Ni, 2016

2. BẰNG CHỨNG KINH ĐIỂN

1. KINH ĐẠI BÁT NIẾT BÀN

(Mahāpari-nibbāna sutta)

Kinh Đại Bát Niết Bàn (Sự Nhập Diệt Vĩ đại) đề cập việc tu tập kính thờ xá lợi Phật có nói về giai đoạn vài tháng cuối cùng trước khi Đức Phật nhập diệt, rồi khi Đức Phật nhập diệt với lễ trà tỳ và phân chia xá lợi như thế nào. Đây là một bài kinh rất cổ. Hiện nay có sáu bản kinh vẫn còn hiện hữu:

- Một kinh trong truyền thống Pāli (Phái Nguyên thủy Phật giáo)
- Một kinh trong truyền thống Sanskrit (Phái Căn-bản Hữu bộ/*Mūlasarvastivāda*)
- Bốn trong Hán tạng (Phái Đa-ma-cúc-đa/*Dharmaguptaka* và ba trường phái vô danh khác)

2. KINH DI GIÁO

Bản Pāli của kinh này thuật lại phương cách Đức Phật ân cần dạy bảo về việc trà tỳ (hỏa táng) nhục thân và tôn thờ xá lợi của Ngài. Khi tôn giả A Nan hỏi Đức Phật về những gì nên làm đối với nhục thân của Đức Phật sau khi Ngài nhập diệt, Đức Phật đã trả lời rằng xá lợi của Ngài nên được tôn thờ giống như tôn thờ xá lợi của một bậc Chuyển luân vương (*Cakkavattin*). Đức Phật đã chỉ dạy cách thức chuẩn bị lễ trà tỳ và xây dựng tháp tại giao lộ của bốn đại lộ chính để thờ xá lợi. Những ai với tâm hoan hỷ kính thờ, tôn kính đảnh lễ xá lợi Phật sẽ được hạnh phúc an lạc lâu dài:

'Nhưng, bạch Thế Tôn, chúng con sẽ phải làm gì đối với xá lợi của Như Lai?' 'Này A Nan, xá lợi Như Lai nên được tôn thờ giống như tôn thờ xá lợi của bậc Chuyển Luân Vương'. 'Bạch Thế Tôn, tôn thờ như thế nào?' 'Này A Nan, xá lợi của bậc Chuyển Luân Vương được gói trong vải lanh mới.' Họ đã quấn thân vua với 500 lần như vậy, rồi bỏ vào một cái hộp sắt. Sau khi đặt Ngài lên giàn thiêu, họ tưới đủ loại dầu thơm lên vị vua và xây một ngôi tháp ở ngã tư đường để tưởng nhớ. Này Ananda, đó là những gì họ đã làm cho bậc Chuyển Luân Thánh Vương thì họ nên giải quyết thân Như lai cũng như vậy. Một ngôi tháp nên được xây ở ngã tư đường. Và bất cứ ai đặt vòng hoa hoặc dầu thơm hoặc màu sắc với lòng thành sẽ đạt được phước báu lớn và hạnh phúc lâu dài".

Vì vậy, khi thờ xá lợi Phật không phải là tô điểm cho chính bản thân Phật mà là lợi ích cho những ai cúng dường như vậy với lòng thành như đã nói trong kinh Di Giáo:

"Lúc nhớ tưởng: 'Đây là tháp của Như lai...', tâm chúng sanh trở nên an lạc và sau khi chết, họ sẽ được sanh vào thiện giới, chư thiên. Đó là lý do tại sao..."

3. LỄ TRÀ TỲ VÀ PHÂN BỐ XÁ LỢI

Nơi an nghỉ cuối cùng của Đức Phật là tại Câu-thi-na, một thị trấn của xứ Malla. Tại Câu-thi-na, sau khi nói lời giáo huấn cuối cùng cho các đệ tử, Đức Phật nằm giữa hai cây sala và nhập niết bàn. Xứ Malla đảm nhiệm chuẩn bị tang lễ. Lúc cử hành lễ trà tỳ, giàn hỏa không thể nào đốt cháy được mãi đến khi Ngài Đại Ca-diếp (*Mahākassapa*), một trong các đại đệ tử của Đức Phật trở về để đảnh lễ Đức Phật lần cuối:

"Tôn giả Đại Ca Diếp đi ngang đền thờ ở Malla, Makuta-

Bandhana, rồi đến giàn hỏa thiêu Đức Phật với y phủ một bên vai, Ngài chấp tay đảnh lễ, đi nhiễu ba vòng quanh giàn hỏa, đảnh lễ chân Phật và 500 tỳ kheo cũng làm như thế. Khi việc đảnh lễ đã xong, giàn hỏa tự bốc cháy.

Và khi nhục thân của Đức Phật đã cháy, những gì là da, thịt, mỡ, gân tất cả đều tan biến và ngay cả tro cũng không còn, chỉ còn có xương mà thôi. Giống như khi dầu đã cháy, thì không còn tro hoặc bụi, cũng vậy với thân của Như lai... chỉ còn xương lưu lại mà thôi. Và tất cả 500 lớp vải quấn, ngay cả lớp trong và ngoài đều bị cháy rụi. Và khi thân của đức Thế Tôn cháy rụi, mưa từ trời rưới xuống và cây sala cũng phun mưa để tắt giàn hỏa và dân xứ Malla của Câu-thi-na cũng tưới thêm dầu thơm để dập tắt giàn hỏa. Rồi dân Malla đặt xá lợi Phật vào đền của họ một tuần, sau khi che thêm một cái rạp, họ bắt đầu ca múa, nhảy múa".[3]

Trong lễ trà tỳ các A-la-hán đã tìm thấy được xá lợi (một số người nói nó bằng tinh thể) mà người thường không tìm thấy được. Từ Śarīra được dùng để chỉ vật thể. Lòng tin này được phổ biến trong Phật giáo Trung quốc, tuy nhiên nguồn gốc của nó xuất phát theo truyền thống Phật giáo Pht triển sau này. Lời tường thuật trong kinh Đại-bát Niết-bàn (*Mahāparinibbāna*) rõ ràng là sau cuộc hỏa táng Đức Phật *'không có tro tàn... chỉ có xương mà thôi'*. Các nhà khảo cổ đã tìm thấy nhiều mẫu xương của Đức Phật. Trong kinh Đại-bát Niết-bàn từ "śarīra" là biểu thị cho thân thể của Đức Phật. Sau khi hỏa táng, ý nghĩa của từ này được chỉ cho xá lợi của Phật. Để tránh sự mơ hồ, từ "śarīra" (*'liên quan đến thân thể'* nghĩa là vật chất cụ thể) có thể thích hợp hơn khi chỉ cho xá lợi của Đức Phật.

Khi tin truyền Đức Thế Tôn đã nhập diệt, những vị vua của tám nước liền tranh chấp muốn thỉnh xá lợi của Đức Phật

---

3 Như sách đã dẫn, tập II, trang 164-5.

về nước mình. Bà-la-môn Dona đã làm người trung gian, dàn xếp mối bất hoà này và nói lên bài kệ như sau:

'Này các Tôn giả, hãy lắng nghe lời tôi nói

Nhẫn nhục là lời Đức Phật dạy

Thật không tốt nếu có tranh chấp

Khi phân chia xá lợi của đấng Giác ngộ

Hãy liên kết trong tình thương yêu hòa hợp

Hoan hỉ chia nhau xá lợi tám phần

Và xây tháp ở khắp nơi

Để mười phương tăng thêm lòng tín kính'.

Bà-la-môn Dona đã chia xá lợi thành tám phần bằng nhau cho những sứ thần của tám đất nước như Vương xá (*Rājagaha*), Vesāli, thành Ca-tỳ-la-vệ (*Kapilavatthu*), Allakappa, Rāmagāma, Vethadīpa, Pāvā và Câu-thi-na (*Kusin ārā*). Mỗi thành phố của tám nước này đã xây những đền tháp để thờ xá lợi Phật. Riêng Bà-la-môn Dona cũng xây một ngôi tháp để thờ bình đựng xá lợi Phật. Tộc Moriya đến quá trễ nên chỉ nhận được những tro tàn từ gỗ. Họ cũng xây một ngôi tháp đã thờ những tro này tại thành phố Pipphalavana của họ. Như vậy, mười ngôi tháp đã được xây, trong đó tám tháp thờ xá lợi, tháp thứ chín cho bình đựng xá lợi và thứ mười cho tro tàn từ gỗ.

Chén Dùng Cơm hàng ngày của Sư Bà Hải Triều Âm được thờ tại Chùa Hương Sen, CA, USA

3. NHỮNG NGÔI THÁP

Nếu Phật giáo là Phật bảo, thì những ngôi tháp ắt hẳn là một sự biểu lộ tự nhiên về điều này qua hình thức của kiến trúc không gian. Đứng về mặt tinh thần, tháp đã tô điểm mỹ quan chùa chiền và là biểu tượng hiện thân cho Đức Phật và sự giác ngộ của Ngài.

1. CỘI GỐC

Ngôi tháp là một kiến trúc xây dựng để thờ xá lợi Phật hoặc các vị thánh đệ tử, hoặc thánh hóa những nơi thiêng liêng mà Ngài đã hoằng pháp hay sinh hoạt v.v... Cấu trúc những tháp này có thể có trước thời Đức Phật. Nó bắt nguồn từ những tháp đỉnh nhọn như núi xây để chứa tro, than của người chết sau khi hỏa thiêu. Phong tục này không phải kỳ lạ đối với Ấn Độ. Rõ ràng là một hình thức khác của phong tục chôn người chết dưới nấm mồ hoặc ụ đá hình tháp.

Người ta nghi ngờ rằng bất cứ tháp nào được xây dựng trong thời Phật khi Ngài còn tại thế là không thích hợp bởi lẽ Đức Thế Tôn vẫn còn sống.[4] Tuy nhiên, truyền thuyết đã chứng minh điều này là được cho phép qua sự việc Đức Phật đưa vài sợi tóc của Ngài cho những thương gia Tapassu và Bhalluka người đã dâng cúng Ngài bát cháo sữa đầu tiên sau khi Ngài giác ngộ. Các thương gia nói rằng việc xây tháp để thờ tóc của Phật là bày tỏ lòng kính trọng của họ đối với tóc

4 Jtaka (Kinh Bổn sanh), tập IV, trang 228.

của Phật. Phật tử Miến Điện tuyên bố rằng những sợi tóc này được thờ trong tháp Shwedagon ở Yangon.

Trong kinh Đại-bát Niết-bàn (*Mahāpari-nibbāna*), Đức Phật đã đồng ý cho dựng những ngôi tháp để thờ xá lợi của Ngài sau khi Ngài nhập diệt.[5] Hơn nữa, Đức Phật đã dạy rằng có bốn bậc xứng đáng được xây tháp tôn trọng kính thờ xá lợi sau khi các bậc ấy đã nhập diệt. Đó là:

1. Bậc hoàn toàn giác ngộ (Chánh đẳng chánh giác)
2. Bích chi Phật[6]
3. Thánh Đệ tư (A-la-hán)
4. Bậc Chuyển-luân-thánh-vương

Nếu xây tháp cúng dường cho bất cứ bậc nào trong bốn vị này thì vị thí chủ ấy sẽ đạt được an lạc sau khi chết và sẽ được tái sanh trong cõi thiện giới.[7]

Như đã mô tả ở trên, sau khi hỏa táng Đức Phật, tám ngôi tháp được xây ở tám thành phố để thờ xá lợi của Ngài. Hai cuộc khảo cổ mới đây đã xác nhận có những kiến trúc tháp thờ xá lợi trước thời vua A Dục như sau:

Vesāli: Thủ đô Vajji do tộc người Licchavi cai trị.

Piprāhwā: Nơi này phù hợp với thành Ca-tỳ-la-vệ (*Kapilavatthu*),[8] thủ đô của dòng họ Thích ca (*Sakya*). Cuộc đào xới mới đây nhất ở Piprāhwā đã tìm thấy hai tráp đựng xá lợi của Đức Phật, hiện đang giữ trong viện bảo tàng ở New

---

5 Xem chương II.

6 'Đức Phật tự giác ngộ': mặc dù giác ngộ, những không truyền dạy cho những người khác.

7 Dygha Nikya (Trường Bộ kinh), tập II, trang 143.

8 Theo các nhà Khảo cổ tiên đoán có 2, 3 nơi (như Piprāhwā...) có thể là thành Ca-tỳ-la-vệ. Tuy nhiên, hiện nay họ vẫn chưa đưa ra kết luận cuối cùng. Hãy đợi kết quả của công trình khảo cứu.

Delhi.

Điểm quan trọng giữa hai tháp ở Vesāli và Piprāhwā là cùng có niên đại thế kỷ V trước Tây lịch nghĩa là giai đoạn sau khi Đức Phật nhật diệt rồi. Tương ứng với sự ghi nhận trong kinh Đại bát Niết-bàn rằng mọi người ở hai thành phố này là trong số những người đầu tiên đã nhận được xá lợi của Đức Phật sau lễ hỏa táng.

Hai thế kỷ sau khi Đức Phật nhập niết bàn, hoàng đế A-Dục đã phân phối lại bảy trong tám ngôi tháp thờ xá lợi Phật nằm trong số 84.000 ngôi tháp dưới triều đại của Ngài. Một số những xá lợi này được mang đến những nước láng giềng như Tích lan. Lịch sử xá lợi của Đức Phật ở Tích lan được ghi rất rõ và chi tiết trong sử biên niên của Tích lan.

2. NHỮNG TỪ ĐỒNG NGHĨA 'STŪPA'

Trong tiếng Anh, từ '*pagoda*' thường được dùng để chỉ công trình kiến trúc của ngôi tháp. Ngay cả trong Pāli và Sanskrit cũng có nhiều từ đồng nghĩa dễ tạo ra sự nhầm lẫn. Vì vậy, tác giả sẽ phân tích một vài thuật từ theo tấm bảng dưới đây:

Sanskrit	Pāli	
Stūpa	Thūpa	Gốc từ chữ 'stūp' nghĩa là 'đống, rất nhiều'. Điều này đã đề nghị rằng tháp có nguồn gốc là một ụ đất cao để chứa hài cốt người chết.

Dhātugarbha	Dhātugabba	Nghĩa đen là 'một kiến trúc để thờ đựng (garbha) xá lợi (dhtu)'. Từ dgaba của Tích Lan (Sinhala) xuất phát từ thuật từ này.
Caitiya	Cetiya	Từ có đặc điểm chỉ chung cho các loại lăng mộ. Thỉnh thoảng được dùng đặc biệt chỉ cho tháp.

3. BÊN TRONG THÁP TÔN THỜ NHỮNG GÌ?

Những ngôi tháp thường được xây để thờ những xá lợi của Đức Phật hoặc các vị A-la-hán (*sārīrika thūpa*). Theo những ghi nhận của lịch sử, những ngôi tháp như vậy xây rất khang trang và các nhà khảo cổ đã tìm thấy ở nhiều nơi như: Sanchi, Taxila, Vesāli, Piprāhwā, Bhattiprolu và Ngọn đồi Long-thọ (*Nāgārjunakoṅḍa*). Trong tháp thường có một phòng hoặc hộc thờ tráp xá lợi. Cũng có những ngôi tháp thờ những đồ vật của Đức Phật khi còn sống đã thường sử dụng (*pāribhogika thūpa*) chẳng hạn như y, bình bát, tọa cụ v.v... Mặc dù hai nhà chiêm bái Trung Hoa Pháp Hiền và Huyền Trang đã tường thuật rằng những ngôi tháp như vậy hãy còn đang được các nhà khảo cổ khám phá. Cũng có những ngôi tháp xây để thờ kinh điển của Đức Phật. Vua *Kaniṣka* đã xây một ngôi tháp trang nghiêm để thờ những bản sớ giải (*Vibhāṣas*) của phái Nhất thiết- hữu-bộ (*Sarvastivāda*) sau khi kết thúc cuộc kiết tập lần thứ tư. Ở đây cũng có những ngôi tháp nhưng không còn vật gì thờ bên trong nữa. Có những ngôi đại tháp tưởng niệm được xây ở nơi thánh tích có liên quan đến cuộc đời của Đức Phật hoặc những đại đệ tử của Ngài.

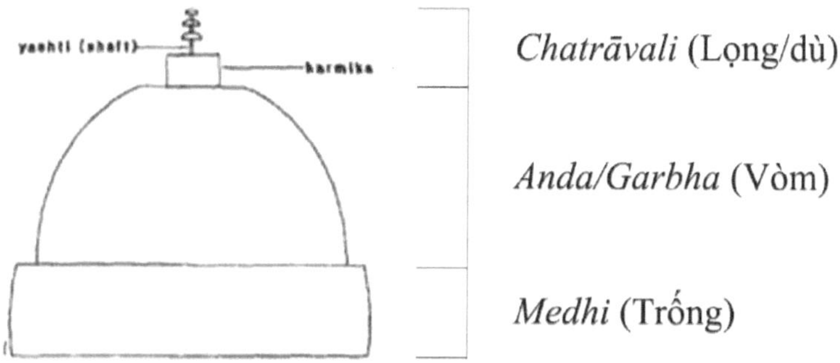

Hình 3.1: Cấu trúc tháp

Tháp thường có nhiều dáng khác nhau, nhưng nhìn chung đều có một mẫu na ná giống mẫu hình trên.

Bên ngoài tháp có những yếu tố như:

- **Tháp hình cái trống** (*medhi*): Vài tháp có chức năng như một cái trống tròn to lớn để đi nhiễu xung quanh (*pradakśinā)* hoặc là nơi để hoa hương hoặc các phẩm vật dâng cúng khác.
- **Mái vòm** (*anda*): Mái vòm là một phần lớn của ngôi tháp và đã tạo ra hình dáng của ngôi tháp. Nó tượng trưng cho gò nổi cao của nấm mộ nguyên thuy.
- **Lọng** (*chatrāvali*): xuất phát từ một cấu trúc cái lọng nhiều tầng xếp chồng lên nhau như lăng tẩm của một bậc thánh hay người anh hùng. Số tầng của lọng có sự tương quan với địa vị của người quá vãng. Trục của lọng ở Bồ-đề-đạo-tràng được xem như là *yashti* và nó đặt trên một cái bệ gọi là *harmikā*.

Hầu như tháp hoàn toàn bịt kín không có lối vào bên trong. Có lẽ điều này để ngăn chặn những sự xúc phạm đến xá lợi thiêng liêng. Bên trong cùng của tháp không có gì hết ngoại trừ cái hộc nơi trung tâm để cất giữ xá lợi. Sau này những ngôi tháp lớn, vì muốn tiết kiệm vật liệu xây dựng, họ đã xây bít bên trong bằng đất hoặc gạch vụn. Ngay cả những ngôi tháp lớn hơn, có mạng lưới những bức tường thành xây như căn phòng nhỏ bên trong tháp để đỡ mái vòm. Khoảng trống bên trong căn phòng này được lấp đầy với cát. Hệ thống bức tường thành bên trong tháp thỉnh thoảng có những mẫu dáng khác biệt chẳng hạn giống như bánh xe hoặc chữ vạn.

Ký sự niên đại (*Thūpavaṁsa*) của những ngôi tháp quan trọng ở Tích lan đã giải thích rất hay về những tráp đựng xá lợi bên trong đại tháp (*Mahāthūpa*)[9] ở thủ đô Anurādhapura, Tích lan. Những tráp này được trang hoàng với nhiều hoa văn rất đẹp. Đá quý và bảo vật khác cũng được đặt trong tráp. Các công cuộc đào xới mới đây đã chứng minh đúng như những tường thuật trong Ký sự niên đại *Thūpavaṃsa*.

4. SỰ TIẾN HÓA CỦA NGÔI THÁP

Thật khó để khảo sát những hình thức nguyên thuỷ của ngôi tháp. Những ngôi tháp này hoặc là do thời gian, thời tiết hay con người sửa chữa đã bị phá hủy hoặc mất đi mẫu gốc. Bất cứ khi nào một ngôi tháp được trùng tu thì sẽ bị đổi hình dáng cũ để theo kiểu cách hiện đang thịnh hành lúc đó. Trong quá trình khai quật các ngôi tháp cổ, không có gì ngạc nhiên khi thấy rằng những nền móng này lại được xây chồng trên nền của những ngôi tháp cổ hơn. Thí dụ, ngôi tháp lớn Sanchi được trùng tu vào thế kỷ II trước tây lịch, nhưng trên nền nguyên thuỷ của một ngôi tháp đã có cách đó hơn 100 năm vào giai đoạn đầu của thời vua A-Dục. Những ngôi tháp ở Taxila và Ngọn đồi Long-thọ (*Nāgārjunakoṇḍa*) cũng tương tự như vậy.

Sau thế kỷ thứ I, kiến trúc của những ngôi tháp từ từ biến

9 Tích lan gọi là Rūwanweliseyya.

đổi. Chiều cao của những phần phụ trở nên nổi bật. Ví dụ, theo thông thường những ngôi tháp trước kia có hình bán cầu với mái vòm tạo thành cái xà chính. Ngược lại sau này, những kiến trúc cao thường được đặt trên một kiến trúc cao hơn, với những kiến trúc bao phủ chẳng hạn như ô dù (*chatrāvali*) trở thành tháp hình chóp cao như hình 3.2.

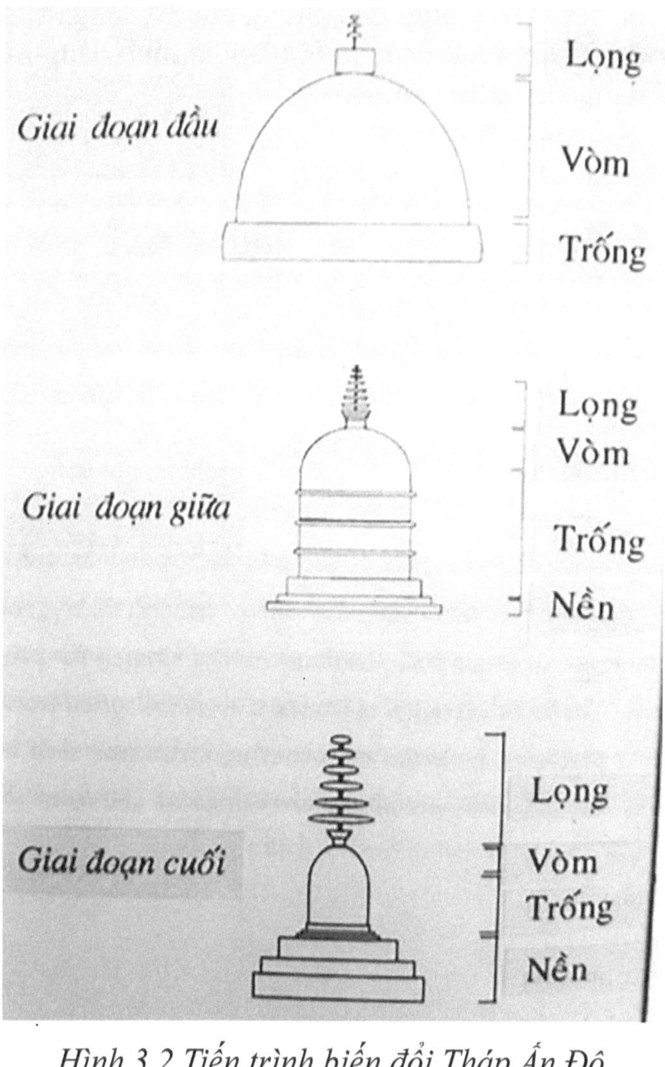

Hình 3.2 Tiến trình biến đổi Tháp Ấn Độ

Khi nghệ thuật kiến trúc của ngôi tháp được truyền ra ngoài Ấn Độ, được phát triển riêng biệt theo từng đất nước và thời kỳ cũng như bị ảnh hưởng bởi những truyền thống nghệ thuật và hình thức lễ nghi của từng dân tộc, đất nước. Ví dụ, ở Tích lan, những ngôi tháp xuất hiện sớm nhất có mẫu giống những mẫu của Ấn Độ, nhưng những kiến trúc sau này lại thăng hoa với những hình thái phong phú đa dạng (hình 3.3). Trong khi ở Đông á thì các ngôi tháp có hình dáng hầu như khác với mẫu kiến trúc Ấn Độ.

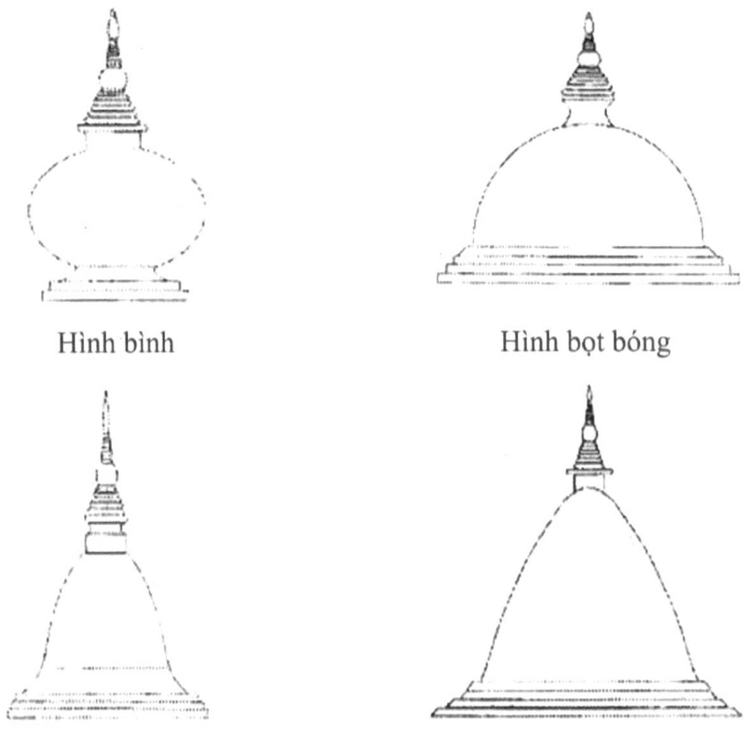

Hình 3.3 - Các kiểu tháp Tích lan

Tháp là một trong những biểu trưng cổ nhất của Đức Phật, bởi vì sự kết hợp của tháp với những xá lợi của Ngài, có thể được coi như biểu trưng cho sắc thân của Ngài, gợi lên lòng tín thành và khát ngưỡng. Sự tín thành này được biểu lộ sâu sắc trong Kinh Đại-sự Thí-dụ (*Mahāvastu Avadāna*) của Thuyết Xuất thế bộ (*Lokuttaravādins*: Một trong 20 phái Tiểu thừa):

"Người hướng tâm đến sự giác ngộ vì lợi ích của tất cả chúng sanh, đảnh lễ tháp của các bậc thánh, sẽ hiện hữu trong mọi đời khi vị ấy đang trên lộ trình hướng đến giác ngộ, chánh niệm, chánh tư duy và giới đức".[10]

Tháp này cũng biểu hiện 'pháp thân của Phật' (*dharmakāya*) và trí giác ngộ của Đức Phật. Như chúng ta đã nói ở trên có những tháp thờ kinh điển của Đức Phật. Hơn nữa, những yếu tố kiến trúc của ngôi tháp được dùng làm biểu tượng của học thuyết. Loại biểu tượng này có thể khác với truyền thống. Theo truyền thống Phật giáo Nguyên thuy (*Theravāda*), những phần của ngôi tháp được biểu trưng cho ba phần của Bát chánh đạo (xem hình 3.4).

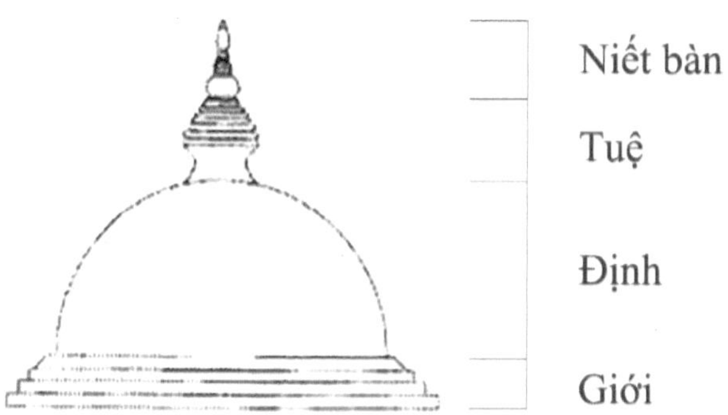

Hình 3.4 - Tháp biểu trưng phân loại Bát Chánh Đạo

10 The Mahavastu (Kinh Phật-bản-hạnh Tập-kinh-dị-bản), J. J. Jones (dịch), tập II, London, 1952, trang 329.

Theo truyền thống Kim Cang thừa (*Vajrayāna*) cho rằng các phần hợp thành của tháp liên quan tới năm yếu tố (đất, nước, gió, lửa và hư không).[11] Các yếu tố này biểu thị cho năm giai đoạn liên tục trong sự chuyển hóa năng lực tâm linh trên lộ trình hướng tới giác ngộ. Ngoài chức năng là một đối tượng để lễ bái, tháp còn là một phương tiện cho việc quán tưởng thiền định.

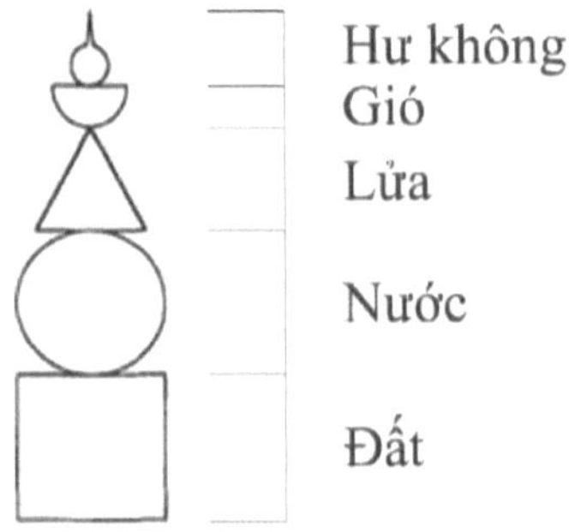

Hình 3.5 - Tháp biểu trung cho Ngũ đại

11 Anagarika Govinda, Stupa Symbolism, Kitabistan, Allahabad, London, 1940.

4. SỐNG TÍN THÀNH, SỐNG HIỆN TẠI

Trong khi xá lợi và những ngôi tháp là những đối tượng quan tâm của lịch sử, triết học, văn hóa và ngay cả khảo cổ, thì đối với Phật tử, đối tượng quan tâm làm thế nào chuyển hóa những đối thể này vào đời sống tinh thần hàng ngày?

Có một số Phật tử hiện đại không thích những nghi lễ cúng kiến trong đó bao gồm việc thờ xá lợi. Họ có ý kiến rằng những hình thức này đã tạo nên sự phổ biến trong quần chúng Phật tử. Thật ra, họ đã chủ trương một sự tu tập '*thuần túy*' tinh thần như thiền định tránh những yếu tố sùng bái và tin tưởng không có lý trí. Một từ thú vị được đặt cho các vị đó là '*Protestant Buddhism*' (phản kháng Phật giáo) là để phản ảnh thái độ của những người phương Tây thuộc đạo Tin lành đối với Phật giáo.[12] Vào thế kỷ XIX, những người phương Tây bắt đầu quan tâm đến Phật giáo chẳng hạn như Paul Carus, nhà xuất bản Hoa Kỳ và cũng là một nhà ủng hộ Phật giáo. Ông ta thường đàm đạo cùng với Hòa thượng Alutgama Seelakkhandha, một nhà học giả Tích lan nổi tiếng về Phạn ngữ Phật giáo. Có một dịp, hòa thượng Alutgama Seelakkhandha đã tặng ông Paul Carus một viên xá lợi của Đức Phật. Paul Carus đã không nhận, vì ông chỉ coi trọng những gì '*liên quan đến lịch sử thôi*'. Mặc dù ông đánh giá cao về những lời dạy của Đức Phật, nhưng ông hơi nghi ngờ về việc thờ xá lợi, coi đó như là một hình thức 'chưa đúng

12 Theo truyền thống, Đạo Tin lành được xem là tình trạng thoái hóa, vì ngược với những lễ nghi và nghi thức của Đạo Thiên chúa chính thống.

lắm' qua câu nói '*một sự tu tập chưa rốt ráo*'.[13]

Những câu trả lời sáng suốt dưới đây của Hòa thượng Alutgama Seelakkhandha phản ánh quan điểm truyền thống Phật giáo và khiến ông Carus có một cái nhìn tổng quát rõ ràng về việc tôn kính xá lợi hơn.

"Chúng ta không quan tâm đến xương tro... của những người bình thường. Nhưng xá lợi của Đức Phật và các vị A-la-hán - những di vật kỷ niệm mãi mãi về đức hạnh của các bậc thánh có giá trị đối với chúng ta hơn bất cứ bảo vật trần gian nào... Những xá lợi này không phải để cho chúng ta trang sức mà phải được tôn thờ nơi thiêng liêng nhất. Đối với người Phật tử thuần thành không có gì giá trị hơn bằng những viên xá lợi thật.

Chúng ta kính trọng xá lợi của Đức Thế Tôn như là một biểu hiện của lòng biết ơn đối với Đức Phật, người đã chỉ cho chúng ta con đường giải thoát và là dấu hiệu hồi tưởng đức hạnh của bậc Bạt già phạm, A-la-hán, Chánh đẳng chánh giác mà cuộc đời của Ngài là một tấm gương; và các vị thánh đệ tử của Ngài trong cùng mục đích giải thoát và cũng để nhắc nhỡ chúng ta về cuộc đời mẫu mực thánh thiện của các Ngài như là kết quả của giáo lý vô thượng của Đức Phật. Chúng ta không tin rằng bởi việc tôn thờ xá lợi chúng ta sẽ đạt được Niết bàn, được ân xá khỏi mọi tội lỗi, hoặc đạt được các phước báu lợi lộc trần gian... Nhưng đối với chúng ta tôn thờ xá lợi hoặc các thánh tích là để duy trì sự nhớ tưởng đến một bậc mô phạm đức hạnh, nhân từ, (tôi mạo muội nói rằng), có thể loại trừ mọi phiền não chướng và khiến chúng ta noi theo gương của đức Từ phụ."

Tóm lại, hòa thượng Alutgama Seelakkhandha đã nhấn mạnh bốn điểm quan trọng như sau:

---

13 Guruge, Living Fountains, 383.

- Đối với những xá lợi thật là có giá trị thật sự.
- Những xá lợi như vậy nhắc chúng ta nhớ về Đức Phật và khiến tăng trưởng lòng tin.
- Lòng tin kiên cố sẽ giúp vượt qua những chướng ngại.
- Nhưng nếu chỉ có việc thờ xá lợi thì sẽ không đưa đến Niết bàn.

1. NHỮNG VẤN ĐỀ XÁC THỰC

Những xá lợi thật của Đức Phật sẽ có giá trị vô vàn bởi lẽ xá lợi cung cấp những mối liên kết lịch sử với con người lịch sử của Đức Bổn sư. Khi chúng ta có suy nghĩ sâu sắc về vấn đề này thì chúng ta sẽ thấy những viên xá lợi này thật vô cùng quý giá. Một số những tiêu chuẩn có thể dùng để xác định tính xác thực của những viên xá lợi như sau:

LỊCH SỬ: Những vị tu sĩ và vua chúa thường quan tâm đến vai trò bảo quản những viên xá lợi từ những ngày đầu của lịch sử Phật giáo. Họ có trách nhiệm trong việc duy trì, phân phát xá lợi và tương tục chuyển giao cho đến hiện tại. Tính xác thực được bảo đảm một mạch không bị gián đoạn. Những chi tiết của dòng chuyển giao những viên xá lợi được chứng minh bằng những tư liệu trong biên niên sử, chẳng hạn như trong Ký sự Niên đại của Tích lan. Thūpavaṁsa (Biên niên sử của những ngôi tháp)[14] đã cung cấp lịch sử của nhiều ngôi tháp ở Tích lan, trong đó chú ý đến tu viện Mahhpa ở thủ đô Anurādhapura nơi thờ một phần tám xá lợi của Đức Phật sau khi Ngài được hỏa táng. Dhātuvamsa (Ký sự niên đại của những viên xá lợi) đã mô tả sự chuyển giao xương trán của Đức Phật để thờ trong một ngôi tháp ở Seruvila. Những xá lợi đang giữ ở Ấn Độ thì không thường được ghi chép vào sử

---

14 Vācissaratthera, The Chronicle of the Thūpa and the Thūpavaṃsa, London: PTS, 1971.

biên niên những chi tiết tường tận như vậy. Tuy nhiên, một số những thông tin có thể biết được qua những ký sự hành hương của những nhà chiêm bái Trung quốc chẳng hạn như Pháp sư Pháp Hiền và Huyền Trang. Những Biên niên sử và Ký sự này đã rất lợi ích trong việc làm sáng tỏ những công cuộc khai quật khảo cổ. Chúng đã giúp những nhà khảo cổ học xác định được vị trí nơi xá lợi được tôn thờ. Những bia khắc được tìm thấy gần những viên xá lợi ở tháp cổ là những bằng chứng cũng giúp trong việc xác thực này.

SIÊU TỰ NHIÊN: Trong ý nghĩa thông thường, loại tiêu chuẩn này thì không khoa học, nhưng lại được nói đến như là phần tinh thần của truyền thống xá lợi Phật giáo. Trong vài biên niên sử, xá lợi được coi để xác định tính xác thực của những sự kiện siêu nhiên kỳ diệu. Những vật tuyệt diệu bao gồm sự tỏa ra ánh hào quang sáu màu, sự xuất hiện các hình dáng Đức Phật và phát ra nhiều phép lạ mà Đức Phật đã thực hiện lúc sanh tiền. Những sự kiện như vậy tăng thêm lòng tịnh tín cho những Phật tử.

TINH THẦN: Điều này liên quan tới khả năng của những viên xá lợi để khơi dậy lòng tín thành và sự hân hoan ngưỡng mộ của người đảnh lễ hay chiêm bái xá lợi. Một câu chuyện ngụ ngôn của Trung Hoa có thể giúp trong việc minh họa ý nghĩa này như sau:

Có một bà lão người Trung Quốc nhờ một nhà thương buôn, người sẽ đến Ấn Độ và xin mang về một cái răng của Đức Phật để tôn thờ. Trên đường trở về lại Trung Quốc, nhà lái buôn mới sực nhớ rằng ông đã quên thực hiện lời yêu cầu của bà lão. Lúc đó, bất chợt ông thấy một con chó chết, ông bèn cậy lấy một cái răng của chó và đưa cho bà lão. Sự tín thành của bà lão đối với cái răng (xá lợi thay thế này) quá lớn, khiến cho nó bắt đầu phát ra ánh sáng. Ánh sáng rực rỡ vẫn còn mãi ngay cả sau này bà được tiết lộ cho biết về nguồn gốc thật của chiếc răng xá lợi này.[15]

Mặc dù câu chuyện dường như làm giảm giá trị những viên xá lợi chân thật, nhưng vấn đề ở đây, điều mà thật sự quan trọng đối với Phật tử là lòng tin mà vị ấy đã có. Dĩ nhiên, nếu một người tin xá lợi được ban cho là chân thật, đứng về những ý nghĩa tốt, thì lòng tin sẽ càng tăng trưởng.

2. NHỚ TƯỞNG, TÔN THỜ VÀ KÍNH TIN

Bởi liên quan với thân của Đức Phật, nên xá lợi được xem như là sự hiện thân của chính Đức Phật. Điều này được Tỳ kheo Mahinda thực hiện bằng cách truyền bá Phật giáo đến Tích lan sau hai thế kỷ Đức Phật nhập diệt. Sau khi ở lại Tích-lan một thời gian, tỳ kheo Mahinda đã nói với Devanaṁpiyatissa, vua Tích lan rằng Ngài muốn trở lại Ấn Độ như sau:

"Cuối mùa an cư, tỳ kheo Mahinda đã thưa cùng với vua Devanaṁpiyatissa rằng: 'Tâu bệ hạ! Đã lâu rồi chúng ta không thấy Đức Thế tôn, Bậc giác ngộ, ở đây không có gì cho chúng ta thờ phượng'. Vua rất lấy làm bối rối khi nghe điều này. Vua mới hỏi tỳ kheo Mahinda: 'Nhưng chẳng phải nhà ngươi đã nói với ta là đấng Thế Tôn đã nhập diệt rồi mà?' Tỳ kheo Mahinda liền trả lời: 'Khi được nhìn thấy xá lợi, thì đấng Điều ngự Thế tôn cũng đồng thời sẽ được thấy'."

Lời của tỳ kheo Mahinda đã cho thấy Ngài xem xá lợi của Đức Phật tương đương với chính bản thân Đức Phật. Mặc dù Đức Phật đã nhập diệt, đệ tử vẫn cảm thấy Ngài tiếp tục hiện hữu trong xá lợi của Ngài. Thấy xá lợi của Đức Phật, Phật tử gợi nhớ lại tuệ giác siêu việt của Đức Phật và điều này đã mang đến sự kính trọng và lòng biết ơn. Ai hiểu được như vậy, thì xá lợi sẽ có khả năng tạo nên lòng tín thành và sự

15 Buddhism: Its Essence and Development, Edward Conze, New York, reprint: 1951, Harper and Row, 1975, trang 81.

tin tưởng (*saddhā*) trong tâm và ý; cũng trong cách này, Đức Phật đã có thể tạo nên lòng tín thành và sự tin tưởng trong suốt lúc Ngài sinh tiền. Nhiều bài kinh đã mô tả sống động về những lợi ích khi Phật tử được diện kiến Đức Phật. Sau đó, họ trở nên hoàn toàn an lạc trước sự hiện diện của Đức Phật và trí tuệ của Ngài. Họ cảm thấy như là tóc dựng đứng, sự hỷ lạc vô bờ hoặc toàn thân rung chuyển. Họ trở nên quá sức xúc động mà thốt lên lời rằng:

"Ôi Đấng Thế Tôn cao thượng! Đấng Thế Tôn cao thượng! Ngài đã khiến pháp được hiển lộ trong nhiều cách. Ngài đã dựng lên những gì bị gãy đổ, phơi bày những gì bị ẩn đi, chỉ đường cho những người lạc lối, hoặc đưa đèn trong đêm tối cho những người có mắt có thể thấy sắc. Chúng ta nên đến để quy y Đức Thế tôn, quy y Pháp và quy y Tăng. Từ hôm nay trở đi xin Đức Thế Tôn, xin hãy chấp nhận chúng con như những đệ tử tại gia, xin quy y Ngài cho đến trọn đời."[16]

Những cảm giác hoan hỉ, khát ngưỡng, kính trọng cùng với sự thành tâm sâu sắc, họ đã đến quy y và tu tập với đức Thế tôn. Điều này đã tạo nên lòng tín thành (*saddhā*). Đó là cầu nối giữa lãnh vực lý trí và tình cảm. Với tâm hướng về chân lý, vị ấy tinh tấn trên con đường giải thoát.

Sự phát tâm mạnh mẽ này đã khởi ngay cả dù thân không được tiếp xúc với Đức Phật. Trong kinh Đại bát Niết bàn (*Mahāparinibbāna*), Đức Phật đã khuyên chúng ta nên hành hương đến bốn nơi quan trọng liên quan đến những sự kiện trong đời Ngài như: Đản sanh (Lâm-tỳ-ni, *Lumbini*), Giác ngộ (Bồ-đề-đạo-tràng, *Bodh-gaya*), Chuyển Pháp luân Đầu tiên (Lộc-uyển, *Sarnath*) và Nhập Niết bàn (Câu-thi-na, *Kushinaga*). Bốn nơi này có thể khiến chúng ta 'phát khởi tâm bồ- đề' (*saṁvejanīyāni*) vàlòng tràn đầy hỉ lạc (*passanacittā*).[17]

---

16 Majhima Nikāya (Kinh Trung Bộ), tập I, trang 290.

17 Dīgha Nikāya (Kinh Trường Bộ), tập II, trang 141.

Giống như những xá lợi, bốn nơi thánh địa này nhắc chúng ta nhớ đến Đức Phật và cuộc đời thánh thiện của Ngài. Sự chiêm bái thánh tích sẽ đưa đến kết quả của *Saṁvega* và *pasāda*. *Saṁvega* là mối xúc cảm mạnh mẽ khởi lên khi một người đạt được tuệ giác thấy bản chất ngắn ngủi của vạn pháp. Sự rung động hoặc mối băn khoăn về bản chất không như ý của các pháp kết hợp với sự thúc đẩy ý hướng tìm cầu giải thoát đã biểu thị đặc điểm của *Saṁvega. Pasāda* có nghĩa là thái bình và hỷ lạc. Đây là một trạng thái thanh thản và không có phiền não kết hợp với lòng phấn chấn thanh tịnh. Sự kết hợp của *Saṁvega* và *Pasāda* tạo nên một trạng thái của sự hòa hợp giữa giác ngộ chân lý và niềm an lạc vô biên, là một cầu nối của lý và trí. Điều này đã giải thích thế nào l sự hiện diện của Đức Phật vẫn còn ngay cả Ngài đã nhập diệt rồi sau nhiều thế kỷ. Có lẽ đây là ý nghĩa mà tỳ kheo Mahinda đã trả lời rằng Đức Phật được nhìn thấy qua xá lợi của Ngài. Bằng cách thấy Đức Phật như vậy, chúng ta sẽ hướng đến con đường tu tập do Ngài chỉ dạy. Bằng cách đến với xá lợi của Đức Phật như vậy, chúng ta sẽ tiếp cận được với pháp.

3. THỜ PHƯỢNG

Phật tử thường diễn tả lòng tín thành của họ đối với Đức Phật ngang qua những hình thức nghi lễ. Việc này bao gồm việc thờ phượng xá lợi của Đức Phật. Vua Milinda nước Hy lạp đã đưa ra một song đề rất thú vị. Ngài đưa ra vấn đề cúng dường Đức Phật sẽ không có kết quả dựa trên hai nền tảng:

- Nếu Đức Phật đã nhập diệt (*pārinibbāna*), Ngài không thể nào nhận phẩm vật cúng dường.
- Hoặc nếu Đức Phật hiện diện để nhận phẩm vật cúng dường, điều này có nghĩa là Ngài đã không nhập niết bàn. Trong trường hợp này, Ngài đã không thực sự xứng đáng được tôn trọng, bởi vì Ngài đã không giác ngộ.

Rồi tỳ kheo Na-tiên (*Nāgasena*) đã trả lời về những hành động cúng dường và tôn kính sẽ mang lại kết quả và điều này sẽ không liên quan đến bất kỳ sự can thiệp nào của thân phần Đức Phật như sau:

"Tâu bệ hạ! Đức Phật đã đạt được niết-bàn tối hậu và Ngài không nhận được sự tôn kính. Nhưng nếu chư thiên và loài người sau khi xây tháp thờ xá lợi của Đức Phật (người đã không nhận), rồi tu tập chơn chánh đúng với thiền định và kiến tri của Như lai, họ sẽ đạt được ba trí".[18]

Xá lợi có chức năng như một sự ủng hộ khách quan bằng cách khiến cho sanh khởi các trạng thái tâm tích cực. Chính trạng thái tâm này sẽ đạt được lợi ích. Những nghi thức thờ cúng là một công cụ, một phương tiện để từ đó mà phát sanh ra tư tưởng, tình cảm. Những nghi lễ này không chấm dứt ở mỗi buổi lễ. Sự lợi ích của việc thực hành nghi lễ sẽ đưa đến sự thanh tịnh (*sīla-bbataparāmāsa*), loại bỏ các phiền não (*saṁyojana*) chướng ngại trên tiến trình tu tập. Nên chỉ có thành tín cũng chưa đủ. Để minh họa điều này, chúng ta hãy đi đến rừng Song

---

18 Milindapanha (Kinh Na-tiên Tỳ-kheo Vấn đáp), tập I, trang 134, I. B. Horner dịch, King Milinda's Questions, London: PTS, 1963.
Dịch giả trích dẫn thêm trong mục 90 của Kinh Na-tiên Tỳ kheo dạy như sau: Vua Mi-lan-đa hỏi: Khi Đức Thế Tôn còn tại thế, các Phật tử cung kính, lễ bái cúng dường Ngài cũng phải lẽ. Nay Ngài đã nhập diệt rồi, các người dầu có lễ bái cúng dường bao nhiêu chăng nữa thì Đức Thế Tôn cũng đâu có hoan hỉ?
Tỳ kheo Na-tiên trả lời như sau: Những cận sự nam, nữ đều cung kính lễ bái cúng dường xá lợi, cây bồ-đề, kim thân Phật... mặc dù biết rằng Đức Phật đã nhập diệt, Ngài không còn thoả thích hoan hỉ gì trong những lễ phẩm ấy... Vì tâm hoan hỉ là tâm thô lậu, nó chính là cấu uế đối với các vị tu tập thiền quán, huống chi đối với Đức Phật là bậc ở ngoài ba cõi...
Khi nhận sự lễ bái cúng dường của Phật tử, Đức Thế Tôn trú tâm giải thoát chớ không phải tâm hoan hỉ. Nhưng Phật tử nhờ cung kính lễ bái xá lợi mà họ tưởng nhớ đến Đức Thế Tôn, tưởng nhớ đến những pháp lớn, pháp nhỏ mà Đức Thế-tôn đã từng dạy bảo để tu tập. Nếu như sự tu tập ấy được kiên trì với nhiếp tâm, với tinh cần thì họ có thể được sanh làm người, làm trời, cao hơn nữa là chứng đắc bốn đạo quả và Niết bàn.

thọ ở Câu-thi-na, nơi Đức Phật nhập niết bàn:

"Lúc đó, Đức Thế Tôn nói rằng: 'Này A nan, hãy trải cho ta một chỗ nằm giữa hai cây song thọ với đầu hướng về phía bắc. Ta đã mệt lắm rồi và muốn nằm nghỉ'. A nan thưa: 'Vâng! Thưa Thế tôn!' và đi soạn chỗ nằm cho Thế tôn. Rồi Thế Tôn nằm hướng về phía bên phải theo dáng nằm của con sư tử, chân trái gát trên chân phải với tâm an tĩnh và chánh niệm.

Khi ấy, các loài hoa sala rơi rụng rãi đầy khắp trên thân Ngài. Trên hư không lúc đó cũng có các điềm lạ xuất hiện; những hương thơm ngào ngạt xông khắp khu rừng và các loài hoa chiên đàn, hoa Mạn-đà-la từ nơi không trung rơi xuống rải đầy những màu sắc lộng lẫy phủ kín cả một khu rừng, nhạc trời đâu đây cũng reo vang trỗi dậy như cúng dường Đức Thế Tôn lần sau cùng. Thật là điều lạ hi hữu chưa từng có.

Nhân dịp này Đức Phật dạy cho chư tăng như sau: 'Này các tỳ kheo, các cây sala tự nhiên trổ hoa trái, những hoa này rơi rụng, gieo rắc rơi vãi trên thân Như Lai để cúng dường. Rồi các hoa trời Mạn-đà-la, hoa chiên-đàn, các loại hương trầm, hương bột gieo rắc rải trên thân Như Lai để cúng dường. Các loại nhạc trời cũng réo rắc trên hư không vang lên để cúng dường và dầu vậy này các tỳ kheo, không phải như vậy là tôn kính, sùng bái và làm vẽ vang Như Lai đâu. Bất luận vị tỳ kheo, tỳ kheo ni nào hay các thiện nam, thiện nữ nào thực hành đúng theo lời dạy, đúng theo giới pháp và trang nghiêm đời sống của chính mình theo con đường chơn chánh, thì đó chính là người tôn kính, sùng bái và làm vẻ vang Như lai một cách cao thượng nhất. Vậy nên này A nan "Các ngươi, hãy gắng công tu tập, y theo giới pháp và sống đời phạm hạnh. Đây là kim chỉ nam cho các ngươi".[19]

---

19 Digha Nikaya (Trường Bộ kinh), tập II, trang 137.

Để kính trọng và làm vẻ vang Đức Như lai trong một cách đúng nghĩa nhất là phải gắng công tu tập và sống đời phạm hạnh, viên mãn (*dhammā-nudhamma-patipanno*). 'Pháp viên mãn' là sự tu tập về giới, định và tuệ. Sự tu tập pháp phải cân xứng và hợp nhất. Thí dụ, lòng tin (*saddhā)* nên cân xứng với trí tuệ (*paññā*). Quá nghiêng về lòng tin thì sẽ thiếu trí tuệ và dẫn đến sự chấp thủ. Chính tỳ kheo Vakkali, người quá tin mù quáng và chấp thủ vào sắc thân của Đức Phật. Đức Phật đã khuyên tỳ kheo như sau:

"Vakkali, người thấy pháp là thấy Ta; người thấy Ta là thấy pháp".

(Yo kho Vakkali dhammam passati so mam passati, yo mam passati so dhammam passati).[20]

Sắc thân hữu hình hay xá lợi của Đức Phật giúp chúng ta phát triển lòng tin, khởi đầu và duy trì sự tiếp xúc với pháp. Chính ngang qua sự tu tập và giác ngộ pháp mà Đức Phật thấy như thật các pháp.

20 Samyutta Nikāya (Tương Ưng bộ kinh), tập III, trang 120.

Tóc của Sư Bà Hải Triều Âm
hiện được thờ tại chùa Hương Sen, Perris, USA

5. CÂU CHUYỆN VỀ HAI THÀNH PHỐ

1. TAXILA

Taxila (Pāli: *Takkasilā*, Phạn ngữ: *Takşaśilā*) là thủ đô cổ của phía đông Gandhāra, hiện nay thuộc phía tây Punjab, gần Pakistan. Taxila là một trung tâm nổi tiếng về thương mại và học vấn vào trước thời Đức Phật. Những gia đình quý tộc giàu có thường gởi con trai của họ đến Taxila để học tiếp những chương trình cao hơn. Những bộ sớ giải Pāli đã đề cập nhiều nhân vật trong thời Đức Phật đã được giáo dục ở Taxila chẳng hạn như Jvaka Komrabhacca (vị thầy thuốc nổi tiếng đã từng chăm sóc Đức Phật), Pasenadi (vua của xứ Kosala) và chàng Vô-não (tướng cướp *Angulimāla*, người đã trở thành một trong những đệ tử nổi tiếng của Đức Phật). Những thông tin về hệ thống giáo dục đang thịnh hành như các môn học, tiêu chuẩn nhập học, học phí, thời khóa biểu, thi cử v.v... cũng được ghi nhận.[21]

Gandhra, biên giới phía đông-bắc Ấn Độ, được mở rộng tới các nước kế cận do các cuộc xâm lăng của phương tây. Dân tộc Ba tư (nay gọi là *Iran*) dưới đế chế Achamenid đã chiếm vùng đất này vào thế kỷ thứ VI trước tây lịch. Vào thế kỷ IV trước tây lịch, dân tộc Hy lạp dẫn đầu là Alexander đã xâm lăng Gandhra. Vua Taxila đã đầu hàng mà không chống trả lại. Vì vậy, sau đó vài trăm năm Taxila bị ảnh hưởng văn hóa người Hy lạp. Thật ra, Taxila là dịch từ tiếng Hy lạp tên của

---

21 Dictionary of Pāli Proper Names, Malalase G.P., I, 1937, New Delhi: Oriental, reprint: 1983.

thành phố được tìm thấy trong các kinh cổ điển của Hy lạp. Sau đó, hầu hết những người Hy lạp từ Bactria đã đến định cư tại Gandhra, một đất nước được biết lúc bấy giờ toạ lạc giữa Afghanistan và Nga (*Russia*). Vua cai trị người Hy lạp - Bactrian tại xứ Gandhra là Menander (Pali: *Milinda*), người mà sau này trở thành một vị Phật tử thuần thành. Cuộc bình luận giữa vua và tỳ kheo Na tiên về sự tu tập và pháp thoại của Đức Phật được ghi nhận trong một bản kinh Pali nổi tiếng 'Mi lan đà Vấn kinh' (*The Questions of Milinda, Milindapañha*). Qua người Hy lạp, những ý tưởng phương tây về thuốc men, thuật chiêm tinh, kịch nhạc và nghệ thuật đã bắt đầu du nhập vào Ấn Độ. Khoảng thế kỷ thứ II trước tây lịch, một chuỗi phức tạp của sự thay đổi nền chính trị và điều kiện khí hậu đã đưa đến một phong trào mới của những nhóm dân tộc khác nhau ở Trung Á. Điều này đã đưa dân tộc Parthian, rồi Scyth (Phạn ngữ: Śaka) đến xâm chiếm Gandhra.[22]

PHẬT GIÁO Ở TAXILA

Taxila là con đường giao thông cho những người thương mại và xâm lăng. Đây là nơi gặp gỡ giữa các dân tộc v các nền văn hóa của Ấn Độ, Phương tây, Trung á, Châu âu và ngay cả Trung hoa. Điều này cũng có nghĩa là chính nơi then chốt này mà Phật giáo được du nhập tới những dân tộc không phải gốc Ấn này. Hoàng đế A Dục (269-232 trước tây lịch) đã gởi những sứ giả Phật giáo đến Gandhra. Vua cũng cho xây nhiều tháp và đền kỷ niệm tại đây. Do đó, Phật giáo có thể thu hút được mọi người bất kể màu da hay chủng tộc nào. Và vào thế kỷ thứ I trước tây lịch, Phật giáo phát triển tốt đẹp ở Taxila và đã hưng thịnh ở Taxila ít nhất là 500 năm. Taxila có một trung tâm Phật học có uy tín và cũng đã sản sinh được nhiều nhà

---

22 The Wonder that was India, Basham A. L., 3rd ed. Sidgwick & Jackson, London, 1967, tr. 58-60.

Phật học lừng danh. Điều quan trọng,

Taxila là nền tảng để từ đó Phật giáo được du nhập sang các nước Trung á và Trung hoa.

Vài trường phái Phật giáo đã tồn tại ở Taxila. Phái Nhất-thiết-hữu-bộ (*Sarvāstivāda*) dường như là trường phái Phật giáo nổi tiếng ở đây, ngoài ra còn có những trường phái khác như Ẩm-quang bộ (*Kaśyapiya* – một chi nhánh của Sarvāstivāda), Vô lượng bộ (*Sautrātika*) và cả Đại chúng bộ (*Mahāsanghika*). Taxila có thể nói là một nơi đóng vai trò quan trọng cho sự phát triển đại thừa.

Vào thế kỷ thứ V trước tây lịch, Taxila đã trải qua một cuộc suy sụp do bọn rợ Hung nô càn quét. Người Hung ủng hộ đạo thờ thần Siva ở Ấn Độ, nhưng lại tàn sát Phật giáo. Ngài Pháp Hiền vào thế kỷ thứ V trước tây lịch đã ghi nhận rằng Gandhra vẫn còn vài ngôi Phật viện lớn. Nhưng khi Ngài Huyền Trang đến thăm vùng này vào thế kỷ thứ VII đã thấy hơn cả ngàn tu viện bị đổ nát và hầu hết các ngôi tháp bị đập phá. Mặc dù Ngài Huyền trang cũng thấy rằng người dân Taxila hầu hết là Phật giáo, nhưng rất ít tu sĩ và nếu có thì những vị tu sĩ này đều thuộc phái đại thừa Phật giáo.

TÌM THẤY XÁ LỢI Ở TAXILA

Những tàn tích ở Taxila cho thấy có ba thành phố đổ nát: Bhir Mound, Sirkap và Sirsukh. Trong và xung quanh thành là vô số những đền tháp xây dài theo thung lũng. Những công trình này là những tu viện và những ngôi tháp. Cuộc đào xới quy mô được thực hiện vào năm 1913 và 1934 cho thấy có hơn 30 nền chùa. Hầu hết những nền này được xây khoảng thế kỷ I trước tây lịch đến thế kỷ VII tây lịch. Tu viện Dharmarājika tọa lạc trên một cao nguyên cao 1.6km từ Bhir Mound đến Sirkap và trong tình trạng hư sụp nhiều nhất. Nhà khảo cổ Anh, John Marshall đã thực hiện cuộc đào xới từ năm

1913 đến 1914. Khu này gồm có ngôi tháp lớn Dharmarājika với nhiều tháp nhỏ xung quanh. Ngôi tháp Dharmarājika là một trung tâm Phật giáo quan trọng nhất ở Taxila và là một trong những công trình có sớm nhất, có thể vào khoảng thời vua A Dục. Tên Dharmarājika cũng đã gợi ý rằng vua A Dục đã kết hợp với công trình của tháp gốc này.

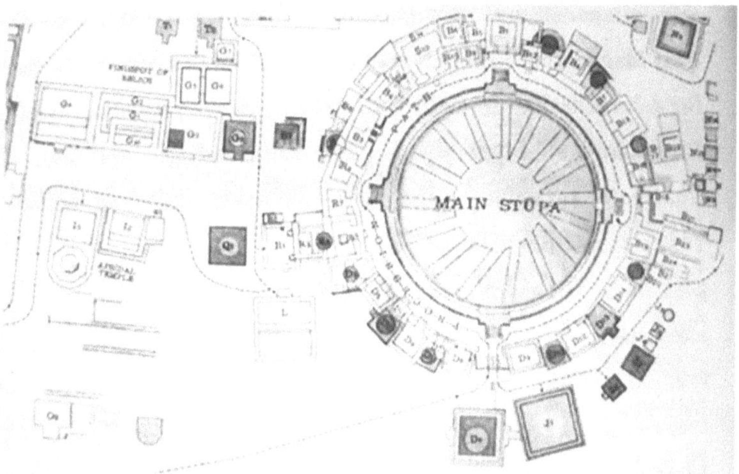

Sơ đồ khu tháp Dharmarājika

Ngôi tháp này đã trải qua nhiều lần sữa chữa và trùng tu cho tới ngày cuối cùng Phật giáo còn hiện diện ở Taxila. Người dân địa phương còn biết tháp Dharmarājika với cái tên Chir Tope (Đường nứt) vì có một đường kẻ hở trên tường tu viện do trong quá trình xây có sơ xuất. Mặc dù đã bị hư sụp, nhưng tháp vẫn là một công trình hiên ngang sừng sững với chiều cao 14 mét và đường kính 35 mét (trừ sân hiên và cầu thang). Sân hiên xây cao xung quanh cái bệ được dùng như là con đường đi vòng quanh. Có bốn cầu thang đưa đến sân hiên ở bốn phía đông, tây, nam và bắc. Trong tháp đầy những gạch đổ nát và có 16 nền đỡ những bức tường nổi lên ở trung tâm tháp. Bất hạnh thay! Không có xá lợi nào được tìm thấy bên trong tháp này. Cái vòm của tu viện có một đường kẻ nứt đến trên đỉnh. Đường nứt này đã có lâu trước khi công cuộc đào xới thực hiện. Và những gì quý báu hay xá lợi được thờ nơi đây đều đã bị những người thợ săn tìm kho báu lấy đi rồi.

Tháp Dharmarājika

Trên nền của tháp Dharmarājika cũng có nhiều những tháp nhỏ và miếu thờ. Phía đông bắc của tháp Dharmarājika là một kiến trúc có hình thuôn mà Marshall cho rằng đây là nơi thờ một vị Bồ Tát.[23] Gần bức tường phía sau của đền thờ này sâu khoảng 30 cm phía dưới nền gốc, Marshall đã tìm thấy một cái hộp giống như lọ hoa bằng đá phiến mi-ca nâu có chứa một lọ hoa bằng bạc. Lọ hoa bạc này có chứa một cuộn bạc và một hộp vàng nhỏ có đựng những mẫu xương.[24] Chữ khắc trên cuộn bạc, chữ Kharoshthi ghi năm 136 của Azes (78 sau tây lịch), nói rằng những xá lợi này là xá lợi của Đức Phật do

---

23 Chapel G5 in Marshall's catalogue.

24 John Marshall, Taxila: an illustated account of Archaeological Excavations, Cambridge University Press, 1951, trang 256-7.

một Phật tử, người Bactrian thờ cúng. Những xá lợi của Đức Phật này được ém kín gần hai thiên niên kỷ trong một ngôi tháp đã bị quên lãng, được coi như một trong những vật có ý nghĩa nhất được tìm thấy ở Taxila.

Bảng copy của bản khắc (chữ Kharoshthi) trên cuộn bạc được tìm thấy ở tháp thờ Bồ Tát với nội dung như sau:

Sa 100. 20. 10. 4. 1. 1.
Ayasa Ashaḍasa masasa divase 10. 4. 1. iśa divase pradistavita Bhagavato dhatuo Urasakena Iṃtavhria-putrana Bahaliena Noachae nagare vastavena tena ime pradistavita bhagavato dhatuo dhamara Tachhaśie tanuvae Bodhisatvagahami maharajasa rajatirajasa devaputrasa Khushaṇasa arogadachhinae sarva-budhana puyae prachega-budhana puyae araha tana puyae sarvasa tva na puyae mata-pitu puyae mitra-macha-ñati-sa lohita na puyae atmano arogadachhinae nianae hotu aya de samaparichago

In the year 136 of Azes, on the 15th day of the month of Āshāḍha, on this day relics of the Blessed One were enshrined by Urasaka, scion of Iṅtavhria, a Bactrian, resident of the town of Noacha.
By him these relics of the Blessed One were enshrined in his own Bodhisattva shrine at the Dharmarājikā stūpa at Takśaṣilā, for the bestowal of health upon the great king, king of kings, the son of gods, the Kushān; in honour of all Buddhas, in honour of Pratyeka Buddhas, in honour of the Arhats; in honour of all sentient beings; in honour of parents; in honour of friends, advisors, kinsmen, and blood-relations, for the bestowal of health upon himself.
May this thy right munificent gift lead to Nirvāna.

Bản tiếng La mã và bản dịch tiếng Anh của cuộn bạc.[25]

25 John Marshall, Journal of the Royal Asiatic Society, October 1914, trang 937- 86.

"Vào năm 136 của Azes, ngày 15 của tháng Ashdha, xá lợi của Đức Phật được Urasaka, con cháu của dòng Intavharia, người Bactrian, một cư dân tại tỉnh Noacha tôn thờ ở đây.

Nhờ Urasaka, những xá lợi của Đức Phật được tôn thờ nơi tháp Dharmarājika ở Takśaşilā để cầu sức khỏe cho Kushān, vị đại hoàng đế, vua của tất cả vua, thiên tử; cầu nguyện chư Phật, Bích chi Phật, các A-la-hán, các chúng hữu tình, cha mẹ, bạn bè, những vị cố vấn, thân nhân, quyến thuộc, xin gia hộ sức khỏe cho vua.

Cầu nguyện công đức này cho tất cả được đến Niết bàn."

Khu tháp Dharmarājika, Taxila

Tàn tích Đại tháp Nāgārjunakoṅḍa

2. NĀGĀRJUNAKOṄḌĀ

Nāgārjunakoṅḍa tọa lạc tại Palnād Talk thuộc Guntūr, tiểu bang Andhra Pradesh phía Nam Ấn. Đây là một thung lũng cách vùng này 23 km vuông và bao quanh ba phía là một dãy đồi bắt nguồn từ rặng Nallamalai. Sông Krishna chảy phía Tây Bắc.

Nāgārjunakoṅḍa nghĩa là ngọn đồi (*koṅḍa*) của Ngài Long thọ (*Nāgārjuna*). Truyền thống Tây tạng đã kết hợp tên nơi đây với bậc đại sư trứ danh Long thọ, người đã sống vào khoảng thế kỷ thứ II tây lịch. Nhà sử học Trantha đã ghi nhận rằng Ngài Long thọ đã trải qua những ngày cuối cùng của đời mình ở ṛy Parvata, nơi vua Sātavāhana đã xây một ngôi tháp và một tu viện lớn tại đó để cúng dường Ngài. Ngài Thánh-đề-bà (*Āryadeva*), người Tích lan từ Ūrī Parvata đến học với Ngài Long thọ và trở thành một trong những đệ tử giỏi của Ngài. Sau khi Ngài Long thọ nhập diệt, Ngài Thánh-đề-bà đã tiếp tục sự nghiệp của thầy mình, biên soạn nhiều bài sớ giải để giúp cho việc hình thành nền tảng phái Trung luận. Ūrī Parvata được biết như là một cao nguyên gần thủ đô cổ Sātavāhana, Vijayapurī. Cao nguyên sau này trở thành

Nāgārjunakoṅḍa (ngọn đồi của Ngài Long thọ). Tuy nhiên, các nhà khảo cổ vẫn chưa chứng minh được nơi này kết hợp với Ngài Long thọ.

Sau vua Sātavāhana là những vị vua Ikśvāku thuộc thế kỷ thứ III. Suốt trong thời đoạn này, Phật giáo rất hưng thịnh ở Nāgārjunakoṅḍa. Nāgārjunakoṅḍa đã phát triển thành một trung tâm Phật giáo lớn nhất ở phía nam Ấn Độ. Nơi đây có ít nhất ba mươi tu viện với bốn truyền thống Phật giáo:

1. Aparamahvinaseliya (một chi nhánh sau này của Đại chúng bộ)
2. Mahīśasaka (Hóa Địa Bộ)
3. Bahuśrutīya (một chi nhánh khác của Đại chúng bộ)
4. Theravāda (Nguyên thủy Phật giáo)

Những vị tăng từ Gandhra, Bengal, Bắc Ấn cũng như từ các nước ngoài như Tích lan, Trung hoa... cũng đến đây tham học. Aparamahā-vinaseliya dường như là bộ phái truyền thống chính ở Nāgārjunakoṅḍa. Có những vị tăng thuộc những trường phái Phật giáo khác cũng phát triển trong chính tu viện của họ. Sau những vị vua Ikśvāku, những vị vua của triều đại Pallava cũng đã đến đây nhưng không ủng hộ Phật giáo. Các tu viện từ từ suy giảm và bị hoang phế. Phù sa và rừng rậm từ từ bao phủ lấy khu Nāgārjunakoṅḍa.

SỰ KHÁM PHÁ LẠI

Năm 920, một thầy giáo của trường Andhra với sự giúp đỡ của dân làng địa phương đã tìm thấy một bia khắc ấn trong rừng rậm ở Nāgārjunakoṅḍa. Điều này dẫn đến sự tìm thấy vài mô gạch cao. Sau đó có cuộc khai quật đã cho thấy rằng nơi đây có rất nhiều các công trình và mẫu điêu khắc Phật giáo. A.H. Longhurst, vị quản lý về Khảo cổ học ở Ấn Độ đã điều khiển cuộc khai quật ở đây từ năm 1927 đến

1931.[26] Năm 1938, T. N. Ramachandran đã thực hiện cuộc đào xới lại.[27]

Hầu hết những công trình kiến trúc ở đây được xây dựng vào khoảng thế kỷ III-IV suốt trong triều đại Ikśvāku. Hơn 30 tu viện được tìm thấy ở dây.

XÁ LỢI TẠI NĀGĀRJUNAKOṅḌA

Tu viện Mahcetiya là kiến trúc lớn nhất ở đây và dường như là tu viện trung tâm quan trọng nhất ở Nāgārjunakoṅḍa này. Tu viện này tu tập theo truyền thống Aparamahavinaseliya. Tu viện gồm có:

- Một ngôi tháp lớn (*Mahācetiya*)
- Một giảng đường với một ngôi tháp đá (*cetiya-ghara*)
- Tu viện có 3 chái chung quanh một hội trường (*mandapa*) với 36 cột đá.

Ngôi tháp lớn là kiến trúc thiêng liêng và cổ nhất ở Nāgārjunakoṅḍa. Bia khắc ghi niên đại của ngôi tháp khoảng 246 tây lịch, nhưng các nhà khảo cổ cho rằng đây là ngày ngôi tháp được trùng tu lại, chớ thật ra ngôi tháp nguyên thuỷ có thể cổ hơn. Công trình này do Chāṁtisiri, chị của vị vua đầu tiên Chāṁtamūla của triều đại Ikśvāku và mẹ vợ vua thứ hai Vyrapurushadatta của triều đại Ikśvāku xây dựng cúng dường.

Ngôi tháp hẳn là một kiến trúc đồ sộ nhất thành phố này. Đường kính 28 mét, nhưng chiều cao nguyên thủy không biết vì phần trên của tháp đã bị hư sụp rồi. Ngôi tháp này được xây bằng gạch. Bên trong không những được lót bằng gạch chắc mà còn có một hệ thống những bức tường sắp xếp theo hình bánh xe, với một cái vành bánh xe và tay quay với một trục

---

26 Memoirs of the Archaeological Survey of India, Vol. 54.

27 Memoirs of the Archaeological Survey of India, Vol. 71.

quay ở giữa (xem hình 5.6). Bởi vì kích thước lớn lao của nó, những phần đỡ thêm vào những vành đồng tâm chung quanh lõi trung tâm. Kiểu những bức tường tỏa tròn và đồng tâm được tạo nên 3 vòng phòng phía bên trong của ngôi tháp (8 phòng bên trong cùng, 16 phòng trong vòng chính giữa và 16 phòng ở vòng ngoài cùng). Bề mặt ngoài cùng của ngôi tháp có một lớp trán vữa màu vàng chanh.

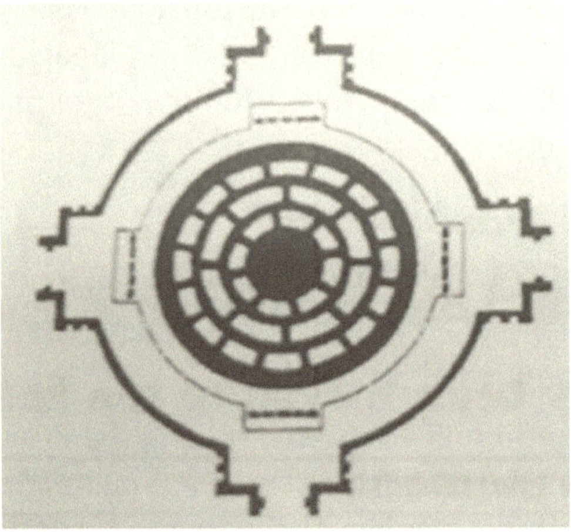

Lập lăng của đại tháp

Khi A.H. Longhurst khai quật ngôi tháp này năm 1929. Ông ta đã thực hành một cuộc khám phá có ý nghĩa ở một phòng ngoài cùng của dãy phòng phía đông bắc. Ông đã tìm thấy một hộp đựng xá lợi đặt trong một hộp vàng với vài hoa bằng vàng, ngọc và những ngọc màu hồng lựu và pha lê được giữ bên trong một tráp nhỏ bạc. Tráp này cùng với ba hột pha lê lớn và một hoa tai được đặt trong lọ hoa bằng đất. Bia khắc nơi đây đã ghi rằng đây là 'Ngôi tháp lớn của đức Thế tôn'. Vì vậy, các nhà khảo cổ suy ra rằng xá lợi đựng trong đây là của Đức Phật.

Suốt trong thập niên 1950, Andhra Pradesh đã trải qua một cuộc hạn hán và nhiều người phải chết. Điều này khiến chính phủ phải lên kế hoạch lập kênh dẫn thủy bao gồm việc xây một cái đập Nāgārjunasagar ngang qua sông Krishna. Những cuộc khai quật quy mô được thực hiện suốt 7 năm liền từ 1954 để tận dụng tìm lấy những đồ cổ còn ở Nāgārjunakoṅḍa. Với công trình xây đập Nāgārjunasagar, toàn bộ thung lũng bị ngập lụt và nhận chìm khu khai quật Nāgārjunakoṅḍa. Những di vật đồ cổ tìm thấy ở những khu tu viện lớn hơn được triển lãm ở bảo tàng viện được xây trên một ngọn đồi (ngày xưa là Vijayapurī) trên cái đập. Nhiều công trình kiến trúc bao gồm Mahcetiya thật sự đã bị dời đi từ thung lũng và chuyển đến ngọn đồi. Trước khi làm những điều này, xá lợi của Đức Phật đã được chuyển đến tu viện Mūlagandhakuti, Sarnath ở phía bắc Ấn để tôn thờ.

SỰ GỢI NHỚ LẠI

Có một lần trong khi các nhà khảo cổ chuyển toàn bộ đống gạch vụn đổ nát của những ngôi tháp cổ này đã khám phá ra những xá lợi của Đức Phật và ánh sáng pháp thoại của Đức Thế Tôn được sáng lại trong thế giới này. Cuối thế kỷ XIX, Phật giáo bắt đầu được đánh thức từ giấc ngủ lãng quên dài dăng dẳng. Những vùng đất Phật giáo bị thực dân Anh thống trị đã khám phá lại di sản tinh thần giàu có của họ sau nhiều năm bị đàn áp. Nhờ vậy, Phật giáo cũng bắt đầu lan truyền đến thế giới Phương tây nơi mà Phật giáo trở thành một môn học nghiên cứu nghiêm túc cho nhiều người. Nhưng chính ở miền đất sản sinh ra Phật giáo - Ấn Độ - nơi mà sự phục hưng của Phật giáo đã bắt đầu chuyển sang một bước ngoặt mới. Một người Tích lan đã mang lại sự chấn hưng Phật giáo trong thời hiện đại này đó là Hòa thượng Anagārika Dharmapla.

Xá lợi tại Hồ Long Thọ (Nāgārjunakoṅḍa)

Dr. Kahavatte Siri Sumedha Thero đang giới thiệu xá lợi Phật đến Đức Đạt-lai-lạt-ma thứ XIV tại Sarnath

6.

HỒI SINH

Ngài Anagārika Dharmapāla (1864-1933) sanh trong dòng dõi quý tộc ở Tích lan. Lúc đó, Tích lan trải qua hai thế kỷ bị người Bồ-đào-nha, Hà-lan và Anh quốc thống trị. Phật giáo bị chánh quyền và những nhà truyền giáo nước ngoài đàn áp hà khắc đến nỗi nó chỉ tồn tại trên danh từ mà thôi. Ngài Anagārika Dharmapāla khi còn nhỏ đã được giáo dục tại các trường Thiên chúa, nhưng khi lớn lên lại thấm nhuần tinh thần Phật giáo. Lúc hai mươi tuổi, Anagārika Dharmapāla đã từ bỏ triển vọng của sự nghiệp phục vụ tại nước nhà mà đem hết thời gian phụng sự cho Phật giáo. Sự sung túc về vật chất đã không cản trở chí nguyện trở thành bậc tu sĩ 'không nhà' của Ngài. Sự nghiệp trong đời Ngài là thắp lại ngọn đèn chánh pháp 'vì lợi ích và an lạc cho số đông'.

Ngài bắt đầu công việc ngay tại quê hương của Ngài là Tích lan. Từ làng này đến làng nọ bằng chiếc xe bò, Ngài đã gặp và nói chuyện với nhiều nông dân cũng như trí thức – đã tạo nguồn cảm hứng, tự tin và hy vọng và đã làm sống lại sự nhận thức về gia sản tâm linh của họ. Ngài đã nhận ra rằng nhu cầu vật chất căn bản phải được quan tâm trước khi theo đuổi các lý tưởng tâm linh cao hơn. Thế nên, Ngài bắt đầu thành lập các dự án phúc lợi xã hội như là trường học, các trung tâm huấn nghệ, các cô nhi viện, bịnh viện miễn phí và một viện đào tạo các công tác xã hội cho nữ cư sĩ. Công việc của Ngài đã khiến Ngài đi khắp thế giới. Suốt các cuộc thăm viếng tại Miến Điện, Thái Lan, Nhật Bản, Đại Hàn, Trung Hoa, Ngài đã cố gắng đưa ra một lối sống mới đúng chánh pháp và xúc tiến mối liên lạc và hiểu biết lẫn nhau hơn trong giới Phật tử khắp các miền đất khác nhau. Tại Châu Au và Châu My, Ngài đã gieo hạt giống chánh pháp trong tâm của những người mới biết đến Phật giáo hoặc những người đã từng gây tổn hại đến mục tiêu của Phật giáo. Năm 1893, Ngài đại diện cho giới Phật giáo tham sự Hội nghị tôn giáo thế giới tại Chicago, nơi mà Ngài đã trở thành một trong những người diễn thuyết nổi tiếng nhất. Ngài Anagārika Dharmapāla không những gây ấn tượng cho người khác bằng tài hùng biện và sự hiểu biết thấu đáo chánh pháp mà quan trọng hơn, Ngài đã truyền và gây cảm hứng cho những người khác bằng cuộc đời và đức hạnh gương mẫu của Ngài qua sự kiện sống đúng chánh pháp cả trong ngôn từ lẫn ý nghĩa.

1. HỘI ĐẠI-BỒ-ĐỀ

Chính tại quê hương Ấn Độ của Đức Phật, công hạnh của Ngài Anagārika Dharmapāla đã có tác động lớn lao. Vào thời điểm đó, trừ một số nhỏ các tộc người thiểu số ở phía đông bắc, Phật giáo đã trở nên gần như suy tàn ở Ấn Độ. Năm 1885, Ngài Edwin Arnold, tác giả của tập thơ 'The Light of Asia' (Ánh sáng Á Châu), đã viết một loạt bài báo trong tạp chí 'The Telegraph' (Điện báo) ở Luân đôn. Ngài đã đưa ra sự chú ý về tình trạng hoang tàn của các đền và tháp ở Bồ-đề-đạo-tràng (nơi Đức Phật thành đạo). Khi Ngài Anagārika Dharmapāla đọc những bài báo đó, Ngài đã vơ cùng xúc động. Ngài cảm nhận tình cảnh tang thương này bằng chính đôi mắt của mình khi lần đầu tiên đến thăm viếng Bồ-đề-đạo-tràng năm 1891. Tháp Đại-giác của Bồ-đề-đạo-tràng và bao bọc chung quanh là những ngôi đền của đạo Hindu. Nơi này đã bị hư hại nghiêm trọng. Đức Phật được xem là một vị thần của đạo Hindu và Phật tử không thể lễ lạy một cách tự do ở đây. Ngài Anagārika Dharmapāla đã kiên quyết khôi phục lại ngôi đại tháp này và đã đề nghị các tăng sĩ Phật giáo được quản lý ngôi đại tháp này. Từ đó, Hội Đại-bồ-đề được thành lập để chấn hưng Bồ-đề-đạo-tràng. Các mục tiêu đầu tiên của Hội là thành lập các tu viện và các học viện Phật giáo và duy trì một ban trị sự gồm các vị tăng Phật giáo tại Bồ-đề- đạo-tràng. Ngoài ra, còn ấn hành một tập san Phật giáo bằng tiếng Anh và tiếng Hindi.

Ngài Anagārika Dharmapāla đã tập hợp giới Phật tử khắp thế giới để ủng hộ Phật giáo. Những cuộc tranh đấu chính thức thường xảy ra giữa Ngài với nhóm đối lập là đạo Hindu. Ngài tin rằng ngôi đại tháp sẽ được trả lại cho Phật giáo qua các biện pháp chánh đáng. Nhưng phía đối lập muốn tiếp tục sở hữu ngôi đại tháp này như là một nơi thờ phượng của đạo Hindu. Cuối cùng điều này đã dẫn đến một cuộc hành hung các tăng sĩ Phật giáo tại Bồ-đề-đạo-tràng vào năm 1893. Tuy nhiên, Ngài Anagārika Dharmapāla vẫn tiếp tục đấu tranh can đãm mặc dù có bị đe dọa đến sự an toàn của bản thân Ngài. Sau 20 năm tự nỗ lực, cuối cùng Ngài được phép xây dựng một nhà nghỉ cho khách chiêm bái Phật giáo. Mặc dù, Ngài chưa từng mơ ước khôi phục ngôi tháp Đại-giác, nhưng sự gắng sức của Ngài ở một chỗ khác ở Ấn Độ và nước ngoài đều gặp được thành công lớn. Nhiều chi nhánh của Hội Đại-bồ-đề đã lan khắp trong nhiều trung tâm của Ấn Độ, cũng như Tích lan, Anh, Đức và Bắc mỹ. Các ấn bản của Hội như tạp chí Mha Bodhi (Đại-bồ-đề) nổi tiếng đã được lưu hành rộng rãi. Vào tháng 5, năm 1896 lễ Phật đản (Vesak) được cử hành trọng thể lần đầu tiên tại Calcutta, Ấn Độ.

2. TU VIỆN MLAGANDHAKUTI

Vườn Nai – Chư thiên đọa xứ (Sarnath – Isitapatana) là nơi Đức Phật đầu tiên chuyển bánh xe pháp cho năm vị đệ tử đầu tiên. Chính tại đây, Ngài Anagārika Dharmapāla đã thành lập một trung tâm Phật giáo với sự thành công rực rỡ. Khi

Ngài Anagārika Dharmapāla thăm viếng Sarnath lần đầu tiên vào năm 1891, Sarnath bị thu nhỏ thành một ngôi làng bao bọc bởi một khu rừng hoang và làm một bãi đất dành để thả heo. Điều này đã thúc đẩy Ngài tự mình gánh vác công việc khôi phục Sarnath. Chỉ với 600 Rupees do mẹ Ngài cúng, Hội Đại-bồ-đề đã mua một miếng đất nhỏ ở Sarnath. Với sự đóng góp ngày càng nhiều từ các bạn bè, Ngài đã thiết lập một nhà khách dành cho khách hành hương, một trường học cho tăng, một thư viện, một phòng khám bịnh và phát thuốc miễn phí, một trường tiểu học và một trường cao đẳng sư phạm. Phần lớn tài chánh l do các bạn bè của Ngài và nữ thí chủ Mary Elizabeth Foster ở Honolulu hỉ cúng.

Năm 1916, chính phủ Anh ở Ấn Độ đã quyết định tặng cho Hội Đại-bồ-đề ba viên xá lợi Đức Phật được phát hiện tại Taxila và Bhattiprolu. Điều được chứng minh qua việc Hội đã xây ba ngôi tháp tại Calcutta, Sarnath và Taxila để thờ xá lợi. Chính nhờ Ngài John Marshall, Tổng giám đốc Bộ khảo cổ học và Ngài Sankaran Nair, Bộ trưởng bộ giáo dục mà Hội Đại Bồ Đề có được món quà vô giá chưa từng thấy như vậy. Một số xá lợi được phát hiện trước đây đã đưa vào các viện bảo tàng ở nước Anh. Đáp ứng những nhu cầu này, Ngài Anagārika Dharmapāla đã xây tháp Dharmarājika ở Calcutta năm 1920 để thờ xá lợi được tìm thấy ở Bhattiprolu. Dự án xây một tháp ở Sarnath mất nhiều thời gian hơn. Kêu gọi sự hỉ cúng của các Phật tử khắp Châu á như nước đổ lá môn. Bà Mary Elizabeth Foster một lần nữa đã đóng góp đáng kể. Tuy nhiên, tiến trình bị trì trệ do ảnh hưởng của những vấn đề chính trị và thương lượng với các nhà khảo cổ, đòi hỏi đất cho công tác khai quật. Sức khỏe của Ngài Anagārika Dharmapāla ngày càng suy yếu. Tu viện này cuối cùng hoàn tất vào năm 1931 và được đặt tên là Mūlagandhakuti (Hương phòng).[28] Vào ngày khánh thành,

---

28 Gandhakuti (hương phòng) là tên của căn phòng nơi Đức Phật an trú tại Lộc Uyển (Sarnath) và tại tu viện Trúc lâm, thành Xá-vệ (Srvasti).

Tổng giám đốc khảo cổ học nhân danh chính phủ Ấn Độ đã tặng hai viên xá lợi Phật cho Hội Đại-bồ-đề.

Một viên được tìm thấy ở Taxila và viên kia được phát hiện ở Nāgārjunakoṅḍa (ngọn đồi của Ngài Long thọ) hai năm trước khi tu viện hoàn tất. Trong niềm hân hoan lớn lao, xá lợi được đặt trên lưng một con voi và đi nhiễu quanh tháp ba vòng trước khi được đặt vào bên trong tháp thờ của tu viện. Buổi lễ kéo dài 3 ngày, gần cả ngàn người khách tham dự tại Sarnath. Lễ khánh thành tu viện giống như một vương miện tưởng thưởng công đức cho Ngài Anagārika Dharmapāla.

Vào lúc đó, Ngài đã thật sự quá yếu và phải đi xe lăn tới tham dự lễ. Ngài đã xuất gia thọ giới thành một tăng sĩ Phật giáo chỉ vài tháng trước đó và được đặt pháp danh là Devamitta Dharmapla. Tràn đầy niềm vui, Ngài đã phát biểu trong buổi lễ khánh thành rằng:

"Sau 800 năm Phật giáo đã bị quên lãng, hiện nay Phật tử có thể trở lại mảnh đất thiêng liêng Chư-thiên-đoạ-xứ (Isipatana) này. Đó là ước nguyện của Hội Đại-bồ-đề cho người dân Ấn Độ không có sự phân biệt giai cấp và chủng tộc trong giáo lý từ bi của Đức Phật. Tôi tin chắc rằng các bạn sẽ tiếp tục gieo rắc hạt giống chánh pháp của đức Như lai khắp xứ Ấn."[29]

Sau giấc ngủ dài bị lãng quên trong nhiều thế kỷ, cuối cùng Phật giáo đã thực sự khởi dậy và sinh hoạt sống động trở lại nơi đây.

---

29 Sangharakshita, Anagārika Dharmapāla : A Biographical Sketch, Maha Bodhi Society of India, Diamond Jubilee Souvenir, Calcutta, 1952, trang 64.

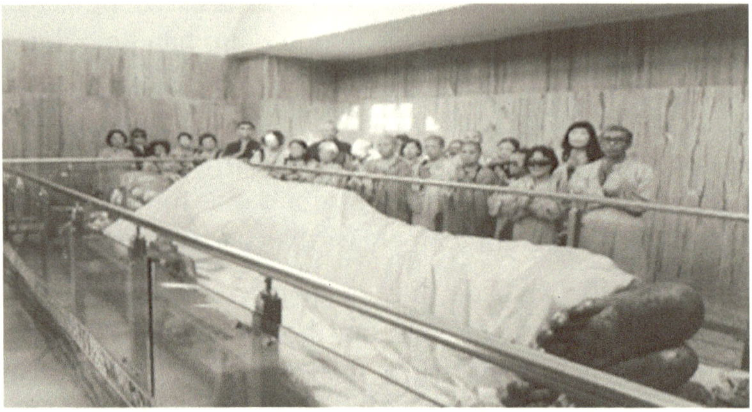

Cùng tụng kinh tại Tháp Niết Bàn, Kusinagar, Ấn Độ –Ns Giới Hương cùng phái đoàn Chùa Hương Sen, Perris, USA, 2016

SÁCH THAM KHẢO

1. Basham A.L., The Wonder that was India, 3rd ed., Sighwick & Jackson, London, 1967.
2. Bodhi B. (trans.), The Middle Length Discourses of the Buddha, Buddhist Publication Society, Kandy, 1995.
3. Carus P., A Buddhist Priest's View of Relics, Open Court II (1897).
4. Conze E., Buddhism: Its Essence and Development, 1951: reprint, New York, Harper & Row, 1975.
5. Feer M.L. (ed.), The Samyutta-nikaya, Pali Text Society, London, 1884.
6. Govinda, Stupa Symbolism, Kitabistan, Allahabad & London, 1990.
7. Horner I.B. (trans.), King Milinda's Questions, Pali Text Society, London, 1963.
8. J.J. Jones (trans), The Mahavastu, London 1952, vol. II.
9. Malalasekera G.P., Dictionary of Pali Proper Names, vol. I, 1937. Reprint: Oriental, New Delhi, 1983.
10. Marshal J, Journal of the Royal Asiatic Society, October 1914.
11. Marshal J, Taxila: An illustrated account of Archaeological Excavations, Cambridge University press, 1951.

12. Memoirs of the Archeological Survey of India, vol. 54 & 71
13. Nandaratana K. (ed.), Dhatuvamsa, Cultural Publications, Colombo, 1984.
14. Sangharakshita, Anagarika Dharmapala: A Biographical Sketch, Maha Bodhi Society of India, Diamond Jubilee Souvenir, Calcutta, 1952.
15. Simha B.P. and Sita Ram Roy, Vaisali Excavations, 1958- 1962, Patna Directorate of Archeology and Musiums, Bihar, 1969.
16. Srivastava K.M., Buddha's Lost Town of Kapilavastu Identified, Vishveshvanranad Indological Journal 15, 1977.
17. Trainor K., Relics, Ritual and Representation in Buddhism, Cambridge University Press, Cambridge, 1997.
18. Vacissaratthera, The Chronicle of the Thupa and the Thupavamsa, Pali Text Society, London, 1991.
19. Vacissaratthera, The Chronicle of the Thupa and the Thupavamsa, Pali Text Society, London, 1971.
20. Walshe M. (trans.), Thus Have I heard, Wisdom Publications, London, 1987.

TÁC GIẢ

Ni sư Tiến Sĩ TN Giới Hương (thế danh Śūnyatā Phạm), sinh năm 1963 tại Bình Tuy, xuất gia năm 15 tuổi. Năm 1994, Ni sư tốt nghiệp Cử nhân Văn tại Sài Gòn. Ni sư du học tại Ấn Độ 10 năm, tốt nghiệp Tiến sĩ Phật học tại Đại học Delhi năm 2003. Năm 2005, Ni sư định cư tại Hoa Kỳ. Năm 2015, Ni sư tốt nghiệp Cử nhân Văn tại Đại học Riverside, California và đang theo học chương trình Cao học Văn tại trường cũng như đang là giảng viên của Học Viện Phật Giáo Việt Nam, TpHCM.

Ni sư lập tủ sách Bảo Anh Lạc, đã viết và chuyển ngữ nhiều tác phẩm Anh - Việt, cũng như phát hành nhiều đĩa ca nhạc Phật giáo từ năm 2004 đến nay. Năm 2000, sư thành lập chùa Hương Sen, Bình Chánh, Sài Gòn (Việt Nam) và năm 2010 - đến nay, sư đã khai sơn thành lập và là trụ trì chùa Hương Sen, thành phố Perris, tiểu bang California, Hoa Kỳ.

TỦ SÁCH BẢO ANH LẠC

do Ni Sư Tiến Sĩ TN Giới Hương biên soạn

1.1. SÁCH TIẾNG VIỆT

1. *Bồ-tát và Tánh Không Trong Kinh Tạng Pali và Đại Thừa*
2. *Ban Mai Xứ Ấn* (The Dawn in India) - *Tuyển tập các Tiểu Luận Phật Giáo* (3 tập).
3. *Sãrnãtha - Vườn Nai – Chiếc Nôi Phật Giáo*
4. *Quy Y Tam Bảo và Năm Giới*
5. *Vòng Luân Hồi*
6. *Hoa Tuyết Milwaukee*
7. *Luân Hồi trong Lăng Kính Lăng Nghiêm*
8. *Nghi Thức Hộ Niệm, Cầu Siêu*
9. *Quan Âm Quảng Trần*
10. *Nữ Tu và Tù Nhân Hoa Kỳ*
11. *Nếp Sống Tỉnh Thức của Đức Đạt Lai Lạt Ma Thứ XIV*
12. *A-Hàm: Mưa pháp chuyển hóa phiền não, 2 tập.*
13. *Góp Từng Hạt Nắng Perris*
14. *Pháp Ngữ của Kinh Kim Cang*
15. *Tập Thơ Nhạc Nắng Lăng Nghiêm*
16. *Nét Bút Bên Song Cửa*
17. *Máy Nghe MP3 Hương Sen* (Hương Sen Digital Mp3 Radio Speaker): Các Bài Giảng, Sách, Bài viết và Thơ Nhạc của

Thích Nữ Giới Hương (383/201 bài).

18. *DVD Giới Thiệu về Chùa Hương Sen,* USA
19. *Ni Giới Việt Nam Hoằng Pháp tại Hoa Kỳ*
20. *Tuyển Tập 40 Năm Tu Học & Hoằng Pháp của Ni sư Giới Hương,* Thích Nữ Viên Quang, TN Viên Nhuận, TN Viên Tiến, and TN Viên Khuông.
21. *Tập Thơ Nhạc Lối Về Sen Nở*
22. *Nghi Thức Công Phu Khuya – Thần Chú Thủ Lăng Nghiêm*
23. *Nghi Thức Cầu An – Kinh Phổ Môn.*
24. *Nghi Thức Cầu An – Kinh Dược Sư.*
25. *Nghi Thức Sám Hối Hồng Danh*
26. *Nghi Thức Công Phu Chiều – Mông Sơn Thí Thực*
27. *Khóa Tịnh Độ – Kinh A Di Đà*
28. *Nghi Thức Cúng Linh và Cầu Siêu*
29. *Nghi Lễ Hàng Ngày - 50 Kinh Tụng và các Lễ Vía trong Năm*
30. *Hương Đạo Trong Đời 2022* (Tuyển tập 60 Bài Thi trong Cuộc Thi Viết Văn Ứng Dụng Phật Pháp 2022)
31. *Hương Pháp 2022* (Tuyển Tập Các Bài Thi Trúng Giải Cuộc Thi Viết Văn Ứng Dụng Phật Pháp 2022)
32. *Giới Hương - Thơm Ngược Gió Ngàn, Nguyên Hà.*
33. *Pháp Ngữ Kinh Hoa Nghiêm, 2 tập*
34. *Tinh Hoa Kinh Hoa Nghiêm*
35. *Phật Giáo – Tầm Nhìn Lịch Sử Và Thực Hành,* Hiệu đính: Thích Hạnh Chánh và Thích Nữ Giới Hương.
36. *Nhật ký Hành Thiền Vipassana và Kinh Tứ Niệm Xứ*
37. *Nghi cúng Giao Thừa*
38. *Nghi cúng Rằm Tháng Giêng*
39. *Nghi thức Lễ Phật Đản*

40. Nghi thức Vu Lan

41. Lễ Vía Quan Âm

42. Nghi cúng Thánh Tổ Kiều Đàm Di

43. Nghi thức cúng Tổ và Giác linh Sư trưởng

44. Nghi Lễ Chẩn Tế Mười Hai Loại Cô Hồn

45. Kỷ Yếu Lễ Tưởng Niệm Thánh Tổ Kiều Đàm Di tại Chùa Hương Sen năm 2024

46. Nghi Thức Cầu Siêu Chư Hương Linh Thai Nhi

47. Kim Quang Minh Kinh Sám Trai Thiên Khóa Nghi

48. Phật Giáo và Thánh Tích Sri Lanka

49. Đấu Tranh Bất Bạo Động Là Nền Tảng Xây Dựng Hòa Bình Toàn Cầu

50. Vũ Trụ Luận dưới lăng kính Khoa học và Phật Giáo,

51. COVID-19: Vai trò Phật Giáo trong Việc Chữa Lành

52. Đại Dịch Coronavirus trong Thế Kỷ XXI

53. Đóng góp của Phật Giáo cho Hòa Bình Thế Giới và Hòa Hợp Xã Hội

54. Phật Giáo Toàn Cầu - Đặc Biệt Liên Kết Với Sri Lanka

55. Phật Giáo Sri Lanka từ Thế Kỷ 19-21

56. Ngày Nhà Giáo Việt Nam 20/11 – Tri Ân Người Khai Trí

57. Lịch Sử Giáo Dục Phật Giáo ở Sri Lanka: Sự Phục Hồi của Ni Đoàn Tỳ-kheo-ni

58. Sự Tiến Hóa của Vũ Trụ, Con Người và Nghiệp Báo

59. Vũ Trụ Luận dưới lăng kính Khoa Học và Phật Giáo

1.2. SÁCH TIẾNG ANH

1. *Boddhisattva and Sunyata in the Early and Developed Buddhist Traditions.*
2. *Rebirth Views in the Śūraṅgama Sūtra.*
3. *Commentary of Avalokiteśvara Bodhisattva.*
4. *The Key Words in Vajracchedikā Sūtra.*
5. *Sārnātha-The Cradle of Buddhism in the Archeological View.*
6. *Take Refuge in the Three Gems and Keep the Five Precepts.*
7. *Cycle of Life.*
8. *Forty Years in the Dharma: A Life of Study and Service—Venerable Bhikkhuni Giới Hương.*
9. *Sharing the Dharma -Vietnamese Buddhist Nuns in the United States.*
10. *A Buddhist Nun and American Inmates.*
11. *Daily Monastic Chanting.*
12. *Weekly Buddhist Discourse Chanting.*
13. *Practice Meditation and Pure Land.*
14. *The Ceremony for Peace.*
15. *The Lunch Offering Ritual.*
16. *The Ritual Offering Food to Hungry Ghosts.*
17. *The Pureland Course of Amitabha Sutra.*
18. *The Medicine Buddha Sutra.*
19. *The New Year Ceremony.*
20. *The Great Parinirvana Ceremony.*
21. *The Buddha's Birthday Ceremony.*
22. *The Ullambana Festival (Parents' Day).*
23. *The Marriage Ceremony.*

24. *The Blessing Ceremony for The Deceased.*
25. *The Ceremony Praising Ancestral Masters.*
26. *The Enlightened Buddha Ceremony.*
27. *The Uposatha Ceremony (Reciting Precepts)*
28. *Buddhism: A Historical and Practical Vision.* Edited by Ven. Dr. Thich Hanh Chanh and Ven. Dr. Bhikṣuṇī TN Gioi Huong.
29. *Contribution of Buddhism for World Peace & Social Harmony.* Edited by Ven. Dr. Buddha Priya Mahathero and Ven. Dr. Bhikṣuṇī TN Gioi Huong.
30. *Global Spread of Buddhism with Special Reference to Sri Lanka.* Buddhist Studies Seminar in Kandy University. Edited by Dr. Ven. Kahawatte Sumedha Thero and Dr. Bhikṣuṇī TN Gioi Huong.
31. *Buddhism In Sri Lanka During the Period of 19th to 21st Centuries.* Buddhist Studies Seminar in Colombo. Edited by Prof. Ven. Medagama Nandawansa and Dr. Bhikṣuṇī TN Gioi Huong.
32. *Diary: Practicing Vipassana and the Four Foundations of Mindfulness Sutta.*
33. *Prayer for the Souls of Unborn Babies.*
34. *Nonviolent Struggle - The Foundation for Building Global Peace*
35. *History of Buddhist Education in Sri Lanka: Revival of The Bhikkhuni Sangha*
36. *The Essential Teachings of Avataṃsaka Sūtra*

1.3. SÁCH SONG NGỮ (VIETNAMESE-ENGLISH)

1. *Bản Tin Hương Sen: Xuân, Phật* Đản, *Vu Lan (*Hương Sen Newsletter: Spring, Buddha Birthday and Vu Lan, annual/ Mỗi Năm).
2. *Danh Ngôn Nuôi Dưỡng Nhân Cách* - Good Sentences Nurture a Good Manner.
3. *Văn Hóa Đặc Sắc của Nước Nhật Bản* - Exploring the Unique Culture of Japan.
4. *Sống An Lạc dù Đời không Đẹp như Mơ* - Live Peacefully though Life is not Beautiful as a Dream.
5. *Hãy Nói Lời Yêu Thương*-Words of Love and Understanding.
6. *Văn Hóa Cổ Kim qua Hành Hương Chiêm Bái* - The Ancient-Present Culture in Pilgrim.
7. *Nghệ Thuật Biết Sống* - Art of Living.
8. *Dharamshala - Hành* Hương *Vùng Đất Thiêng, Ấn Độ, Dharamshala - Pilgrim*age to the Sacred Land, India.
9. *The Great Contribution to World Peace and Social Harmony of Emperor Ashoka and Emperor Trần Nhân Tông* - Sự Đóng Góp cho Hòa Bình Thế Giới và An Toàn Xã Hội của Hoàng Đế A-Dục và Vua Trần Nhân Tông.

1.4. SÁCH CHUYỂN NGỮ

1. *Xá Lợi Của Đức Phật* (Relics of the Buddha), Tham Weng Yew.
2. *Sen Nở Nơi Chốn Tử Tù* (Lotus in Prison), many authors.
3. *Chùa Việt Nam Hải Ngoại* (Overseas Vietnamese Buddhist Temples).
4. *Việt Nam Danh Lam Cổ Tự* (The Famous Ancient Buddhist Temples in Vietnam).
5. *Hương Sen, Thơ và Nhạc* – (Lotus Fragrance, Poem and

Music).

6. *Phật Giáo - Một Bậc* Đạo *Sư, Nhiều Truyền Thống* (Buddhism: One Teacher – Many Traditions), Đức Đạt Lai Lạt Ma 14th & Ni Sư Thubten Chodren.
7. *Cách Chuẩn Bị Chết và Giúp Người Sắp Chết - Quan* Điểm *Phật Giáo* (Preparing for Death and Helping the Dying – A Buddhist Perspective)

2. ALBUMS NHẠC

Từ Thơ Thích Nữ Giới Hương

1. *Đào Xuân Lộng Ý Kinh* (The Buddha's Teachings Reflected in Cherry Flowers).
2. *Niềm Tin Tam Bảo* (Trust in the Three Gems).
3. *Trăng Tròn Nghìn Năm* Đón *Chờ Ai* (Who Is the Full Moon Waiting for for Over a Thousand Years?).
4. *Ánh Trăng Phật Pháp* (Moonlight of Dharma-Buddha).
5. *Bình Minh Tỉnh Thức* (Awakened Mind at the Dawn) (*Piano Variations for Meditation*).
6. *Tiếng Hát Già Lam* (Song from Temple).
7. *Cảnh Đẹp Chùa Xưa* (The Magnificent, Ancient Buddhist Temple).
8. *Karaoke Hoa Ưu Đàm Đã Nở* (An Udumbara Flower Is Blooming).
9. *Hương Sen Ca* (Hương Sen's Songs)
10. *Về Chùa Vui Tu* (Happily Go to Temple for Spiritual Practices)
11. *Gọi Nắng Xuân Về* (Call the Spring Sunlight)
12. *Đệ Tử Phật* (Buddhist Disciples)
13. *Hoa Pháp Cú* (Dhammapada Flower)

14. *Vu Lan Báo Hiếu* (The Filial Piety on Vu Lan Season).

15. *Nương Bóng Từ Quang* (Refuge in the Buddha)

Mời xem: http://www.huongsentemple.com/index.php/kinh-sach/tu-sach-bao-anh-lac

www.ingramcontent.com/pod-product-compliance
Lightning Source LLC
LaVergne TN
LVHW060150051026
849517LV00007B/2618
* 9 7 9 8 3 4 9 6 1 5 3 3 7 *